ஜீவானந்தம் வாழ்க்கை வரலாறு

எழுதியவர்:
இஸ்மத்பாட்சா

நியூ செஞ்சுரி புக் ஹவுஸ் (பி) லிட்.,
41-பி, சிட்கோ இண்டஸ்டிரியல் எஸ்டேட்,
அம்பத்தூர், சென்னை - 600 050.
☏: 044 - 26251968, 26258410, 48601884

Language : Tamil

Jeevanandham Vazhkkai Varalaaru

Author: **Ismathbatcha**

First Edition: December, 2007

Second Edition: August, 2022

Copyright: Publisher

No.of Pages: xii + 64 = 76

Publisher:

New Century Book House Pvt. Ltd.,

41-B, SIDCO Industrial Estate,

Ambattur, Chennai - 600 050.

Tamilnadu State, India.

Email: info@ncbh.in

Online: www.ncbhpublisher.in

ISBN : 978 - 81 - 1221 - 5

Code No. A 1641

₹ 70.00

Branches

Ambattur (H.O.) 044 - 26359906 **Spenzer Plaza (Chennai)** 044-28490027 **Trichy** 0431-2700885 **Pudukkottai** 04322- 227773 **Thanjavur** 04362-231371 **Tirunelveli** 0462-4210990, 2323990 **Madurai** 0452 2344106, 4374106 **Dindigul** 0451-2432172 **Coimbatore** 0422-2380554 **Erode** 0424-2256667 **Salem** 0427-2450817 **Hosur** 04344-245726 **Krishnagiri** 04343-234387 **Ooty** 0423 - 2441743 **Vellore** 0416-2234495 **Villupuram** 04146-227800 **Pondicherry** 0413-2280101 **Nagercoil** 04652 - 234990

ஜீவானந்தம் வாழ்க்கை வரலாறு

ஆசிரியர்: **இஸ்மத்பாட்சா**

முதல் பதிப்பு: டிசம்பர், 2022

இரண்டாம் பதிப்பு: ஆகஸ்ட், 2022

அச்சிட்டோர்: **பாவை பிரிண்டர்ஸ் (பி) லிட்.,**

16 (142), ஜானி ஜான் கான் சாலை, இராயப்பேட்டை, சென்னை - 14

☎: 044-28482441

All rights reserved. No part of this book may be reprinted or reproduced or utilised in any form or by any electronic, mechanical, or other means, now known or hereafter invented, including photocopying and recording, or in any information storage or retrieval system, without permission in writing from the publishers.

பதிப்புரை

தமிழ்நாட்டின் மக்கள் தலைவரான ப.ஜீவானந்தம் அவர்களின் நூற்றாண்டு விழாவினை நாடு முழுதும் கொண்டாடிக்கொண்டிருக்கும் தருணம் இது. அவரது வாழ்வு, பணி, தியாகங்கள் குறித்து எண்ணற்ற நினைவுச் சொற்பொழிவுகளும், நூல்களும் மறுவாசிப்பாக வெளிவந்து கொண்டிருக்கின்றன. இந்தியத் தமிழனுக்குத் தேவையான விடுதலை, சுயமரியாதை, சமதர்மம் ஆகியவற்றைத் தம் இறுதி மூச்சு வரை வழங்கிக்கொண்டிருந்தவர் அமரர் ஜீவா. தன் வாழ்நாளில் நடைபெற்ற அனைத்து புரட்சிகர நடவடிக்கைகளிலும் இரண்டறக் கலந்தவர் அவர்.

ஜீவாவின் வாழ்க்கை குறித்த இந்த நூல் 61 ஆண்டுகளுக்கு முன் அவர் வாழ்ந்த காலத்தில் எழுதப்பட்ட நூல். 1946-இல் நடைபெற்ற தேர்தலில் தொழிலாளர்கள் அதிகம் நிறைந்த தொகுதியில் கம்யூனிஸ்ட் கட்சி சார்பில் நிறுத்தப்பட்டார் தோழர் ஜீவானந்தம். அந்தத் தேர்தல் பிரசாரத்துக்கு உதவியாகத் தொழிலாளர்களுக்காகவும், விவசாயிகளுக்காகவும், நாட்டு விடுதலைக்காகவும் தம்மை அர்ப்பணித்துக்கொண்ட ஜீவாவின் வாழ்க்கை வரலாற்றினை சிறு நூலாக அன்றைய கம்யூனிஸ்ட் கட்சி வெளியிட்டு தொழிலாளர்கள் மத்தியில் வினியோகம் செய்தது - விலைக்குத்தான்.

வேட்பாளர் ஒருவரின் வாழ்க்கை மற்றும் தியாகங்களை விளக்கி ஒரு புத்தகமே வெளியிட்டு தேர்தல் பிரசாரம் செய்வது இக்காலத்தில் சாத்தியமா என்பதை நினைத்தே பார்க்க முடியாது. அப்போது ஜீவாவுக்கு 40 வயது கூட நிரம்பவில்லை. இந்நூலில் இடம்பெறும் அவரது சமகாலத் தோழர்களான

ஈ.வெ.ரா. பெரியார், மறைமலை அடிகள் போன்றவர்களும் அப்போது உயிருடனே இருந்தனர். இதனால் இந்நூலில் கூறப்பட்டுள்ள சம்பவங்கள் அனைத்தும் நூற்றுக்கு நூறு நம்பகத்தன்மை கொண்டவை. ஒருவர் உயிர் வாழும் காலத்திலேயே அவரது வாழ்க்கை நிகழ்வுகளை உள்ளது, உள்ளபடி பதிவு செய்வதில் உள்ள பெரும் நன்மை - அதன் நம்பகத்தன்மையே ஆகும். அந்த வகையில் இந்த நூலை மீண்டும் பல ஆண்டுகளுக்குப் பிறகு மறுபதிப்பாகத் தமிழ் மக்களுக்கு வழங்குவதில் பெருமை கொள்கிறோம்.

-பதிப்பகத்தார்

அணிந்துரை

தமிழகத்தில் பொதுவுடமை இயக்கத் தலைவர் ஜீவானந்தம் அவர்களின் நூற்றாண்டு விழா நிறைவு பெறுகிறது.

ஐம்பத்தாறு ஆண்டுகளே வாழ்ந்த ஜீவா, அறிவு தெரிந்த சிறுவயது முதல் தன்னைச் சுற்றியுள்ள தமிழ் சமுதாயத்தின் முன்னேற்றத்துக்காக சிந்திக்கத் தொடங்கினார்; சிந்தனையை செயல்படுத்த முனைந்தார்; எதிர்ப்புகள் கிளம்பின; எதிர்ப்பைக் கண்டு தளரவில்லை; மேலும் தீவிரமாகச் சிந்தித்தார்; செயல்பட்டார். நாட்டை அடிமைப்படுத்தியிருந்த பிரிட்டிஷ் ஏகாதிபத்தியத்தை எதிர்த்துப் போராடுவதை இலட்சியமாகக் கொண்டார். ஒடுக்கப்பட்ட மக்களின் உரிமைக் குரலாகப் பேசிவந்தார். பெண்கள் விடுதலைக்காக எழுதினார்; தொழிலாளர்களை திரட்டினார்; நச்சுக் கருத்துக்களை எதிர்த்து, நம்பிக்கையளிக்கும் நல்ல கருத்துக்களையும், பதர்களை நீக்கி, பரம்பரையான வளமான இலக்கிய வித்துக்களை பொறுக்கியெடுத்து மக்களிடம் பரப்பிவந்தார். எல்லாத்துறைகளிலும் முன்னேர் உழவனைப்போல், எடுத்துக்காட்டாக விளங்கினார். தமிழகத்தின் கலை இலக்கியம், பண்பாடு, சமூகம், அரசியல் ஆகிய அனைத்துத் துறைகளிலும் தன்னை முழுமையாக அர்ப்பணித்துக்கொண்டார்; அதனால் ஏற்பட்ட விழுப்புண்களைத் தாங்கிக்கொண்டார். புரட்சிக்கவி பாரதிதாசன் சொன்னதைப்போல் அரசியல் பொது வாழ்வில் துன்பச் சுமைதாங்கியாக வாழ்ந்து வந்தார். அவர் வாழ்வே தமிழகத்தின் அரைநூற்றாண்டு வரலாற்றுக் காவியமாகிவிட்டது.

காலும் கையும் சங்கிலியால் பிணைக்கப்பட்டு கோவைக்கு அழைத்துச் செல்லப்பட்ட ஜீவா ஒரு வீரனைப்போல் நடந்து சென்றதைக் கண்ட மாணவப் பருவத்திலிருந்த பாலதண்டாயுதம் விடுதலை இயக்கத்திற்குள் ஈர்க்கப்பட்டார். ஜீவா மறைந்ததும், ஜீவாவின் வாழ்க்கை வரலாற்றை எழுதினார், தந்தை பெரியார் வெளியிட்டார். தமிழ்நாடு கலை இலக்கியப் பெருமன்றத் தலைவர் பொன்னீலன் 'ஜீவா என்றொரு மானுடன்' என்ற

நூலை எழுதினார். கவிஞர் ஜீவபாரதி ஜீவாவின் வாழ்க்கைக் குறிப்புகள், சட்டமன்றப் பேச்சுக்கள் மற்றும் அவர்பற்றிய பல நூல்களை வெளியிட்டிருக்கிறார். 'ஜீவாவும் நானும்' என்ற நூலை தோழர் தா. பாண்டியன் எழுதியிருக்கிறார். ஜீவா மறைந்த ஆண்டில் வெளிவந்த 'தாமரை மலர்' - அழியாத நினைவுச் சின்னமாகவும், பல்துறை அறிஞர்களின் கருத்துப் பெட்டகமாகவும் விளங்கி வருகிறது.

இறுதியாக ஜீவாவின் நூற்றாண்டுவிழாவின் முத்தாரமாக-ப. ஜீவானந்தம் ஆக்கங்கள் முழுவதையும் திரட்டி 4 பகுதிகளாக என்.சி.பி.எச். புத்தக நிறுவனம் வெளியிட்டுள்ளது. இத் தொகுப்புகளை தயாரித்ததில் சென்னை பல்கலைக்கழகத்தில் தமிழ் இலக்கியத்துறைத் தலைவராகப் பணியாற்றும் பேராசிரியர் வீ. அரசு அவர்களின் பணி மிகவும் பாராட்டுக்குரியதாகும்.

மேலே எடுத்துக்காட்டப்பட்டுள்ள இத்தனை நூல்களுக்கும் மூல ஆதாரமாக விளங்குவது தோழர் இஸ்மத் பாட்சா எழுதிய ஜீவானந்தம் வாழ்க்கை வரலாறாகும். இந்நூல் 1946ல் எழுதப்பட்டது. அப்போது ஜீவாவுக்கு 40 வயது. பிரிட்டிஷ் ஆட்சி காலத்தில் நடந்த கடைசித் தேர்தல், சென்னை மாகாண சட்டசபைத் தேர்தலில் சென்னைத் துறைமுகத் தொழிலாளர்களுக்கான தொகுதியில் ஜீவா வேட்பாளராகப் போட்டியிட்டார்.

வாக்காளர்களுக்கும், தமிழக மக்களுக்கும் வெளிப்படுத்த வேண்டிய அவசியம் கருதி, ஜீவா வரலாற்று நூலை இந்தியக் கம்யூனிஸ்ட் கட்சியின் தமிழ் மாநிலக் குழு மார்ச், 1946ல் வெளியிட்டது. தோழர் இஸ்மத்பாட்சாவும் "ஜனசக்தி" ஆசிரியர் குழுவில் இருந்தார். சிறந்த எழுத்தாளர், தமிழ் ஆய்வாளர். இவர் எழுதிய அரசியல் விமர்சனக் கட்டுரைகள் பரபரப்பாகவும் பாராட்டுக்குரியதாகவும் விளங்கின. ஜீவாவின் காலத்திலேயே எழுதப்பட்டதால், அத்தனையும் ஆதாரமான ஆவணங்களாகும்.

இந்த நூலுக்கு முன்னுரை வழங்கிய தோழர் ஏ.எஸ்.கே. அய்யங்காரும், ஜீவாவோடு இணைந்து களம் பல கண்டவர்.

துறைமுகத் தொழிலாளர் சங்கத்தின் தலைவராக ஜீவாவும், தோழர் ஏ. எஸ்.கே. பொதுச் செயலாளராகவும் செயலாற்றியவர்கள்.

இஸ்மத்பாட்சா எழுதிய "ஜீவானந்தம் வாழ்க்கை வரலாறு" யாரிடமும் கிடைக்கவில்லை. 2006ல் புதுக்கோட்டை சென்றிருந்தேன். திரு. பி. கிருஷ்ணமூர்த்தி அவர்களின் 'ஞானாலயா' இல்லத்தில் இருக்கும் சிறந்த நூலகத்தை பார்க்கும் வாய்ப்பு கிடைத்தது. அங்கு இந்த நூலைப் பார்த்ததும் மறுபதிப்பு வெளியிடலாமென்று சொன்னேன். அன்போடு நகலெடுத்துக்கொடுத்த நண்பருக்கு நன்றி தெரிவித்துக் கொள்கிறேன்.

இத் தொகுப்புக்கு மேலும் ஒரு சிறப்பு உண்டு: 1946ல் இஸ்மத்பாட்சா எழுதிய நூலுக்கு தோழர் ஏ. எஸ்.கே. முன்னுரை எழுதினார். ஜீவா மறைவுக்குப் பின்னர் எழுதிய "ஒப்பற்ற தலைவர் தோழர் ஜீவா- சில நினைவுகள்" என்ற அவரது கட்டுரையும் பின் இணைப்பாகச் சேர்க்கப்பட்டுள்ளது. ஏ. எஸ். கே. அவர்களுக்கும் 2008-நூற்றாண்டுநினைவு நிறைவாகும். இது சகதோழரின் தோழமைச் சிறப்புக்கு எடுத்துக்காட்டாகும்.

தோழர் ஜீவாவுக்கு சிலை நிறுவப்பட்டது. சிலை திறப்பு விழா நிகழ்ச்சிகள் ஜனசக்தியில் வெளியிடப்பட்டது. அதுவும் இத்தொகுப்பில் இடம் பெற்றுள்ளது. பின் இணைப்பிலுள்ள இரு கட்டுரைகளும் சிங்காரவேலர், பெரியார், ஜீவா, ஏ. எஸ். கே. ஆகியோரின் நெருங்கிய நண்பரும் தோழருமான நாகை. முருகேசன் அவர்கள் சொந்தப் பொறுப்பில் அவ்வப்போது வெளியிட்டு வந்த சிறு நூலாகும்.

ஜீவாவின் நூற்றாண்டு விழாவினையொட்டி என்.சி.பி.எச். நிறுவனம் வெளியிட்ட நூல்களில் இது சிறிய நூலானாலும், சிறப்பான ஆவணமாகும் என்று கருதுகிறேன்.

சென்னை அன்புடன்

1-12-2007 ஆர். நல்லகண்ணு

முகவுரை

கடந்த பன்னிரண்டு வருடங்களுக்கு மேலாக நான் ஜீவானந்தத்தை அறிவேன். அன்று முதல் அவருடன் நெருங்கிப் பழகி வருகிறேன். தமிழ் நாட்டில் தலைசிறந்த போல்ஷ்விக்காக அவர் அன்று முதல் இன்று வரை திகழ்ந்து வருகிறார். தமிழ்நாடு பெற்றெடுத்த சிறந்த புதல்வர்களில் ஒருவருடைய வாழ்க்கை வரலாற்றைப் பற்றி எழுதி, அதற்கு முகவுரையை நான் தரவேண்டும் என்று தோழர் இஸ்மத் என்னைக் கேட்டபோது, 'அதற்கு லாயக்குள்ளவன்தானா நான்' என்று எனக்குத் தோன்றிற்று. நாடெங்கும் பிரசித்திபெற்ற ஒருவருடைய வாழ்க்கை வரலாற்றிற்கு, யாருக்கும் தெரியாத என் போன்ற ஒருவனுடைய முகவுரை அவசியமில்லை என்று நினைத்தேன். ஆனால் நான் கண்டிப்பாய் முகவுரை எழுத வேண்டும் என்று ஜீவாவே கூறினார். என் நண்பரின் கட்டளைக்குப் பணிகிறேன்.

தேர்தல் வந்துவிட்டது. துரதிர்ஷ்டவசமாகத் தொழிலாளி வர்க்கத்தின் அரசியல் கட்சியாகிய கம்யூனிஸ்டு கட்சியைத் தேர்தல் முனையிலும் எதிர்ப்பது என்று காங்கிரஸ் மகாசபை முடிவு செய்துவிட்டது. மாகாண சட்டசபைத் தேர்தலில் சென்னைத்துறைமுக பாக்டரி லேபர் தொகுதிக்குத்தான் அபேட்சகராகக் கம்யூனிஸ்டு கட்சி ஜீவாவை நிறுத்தி வைத்திருக்கிறது.

கம்யூனிஸ்டுகளாகிய நாங்கள் சகல துறைகளிலும் சிறந்தவர்களையே தேர்தலுக்கு நிறுத்துகிறோம். ஜனங்களின் நம்பிக்கைக்குப் பாத்திரமானவர்களாகவும், ஜனங்களின் ஓட்டுகளைக் கேட்பதற்கு உரிமையுள்ளவர்களாகவும் இருக்கின்றவர்களையே அபேட்சகர்களாகப் (குறிப்பு: (அபேட்சகர்: வேட்பாளர்) பொறுக்குகிறோம். தன்னை ஒரு அபேட்சகராகப் போடும்படி எங்கள் கட்சியிலுள்ளவர்களில் யாரும் மனுப்போடுவதில்லை. ஜீவானந்தம் பொது ஜனங்களுடைய அபேட்சகர். ஒவ்வொரு தொழிலாளியும் அவருக்கு ஓட்டுப்போடுவதோடு நிற்கக்கூடாது, அவர் தாங்கிப் பிடிக்கும் நம்முடைய கொடியாகிய செங்கொடிக்கும், தேர்தலுக்கும் ஒவ்வொரு தொழிலாளியும் பணமும் கொடுக்க வேண்டும்.

இந்தத் தேர்தலில் வெற்றிகரமாக ஜீவா தேர்ந்தெடுக்கப் படுவாரேயானால், சட்டசபையில் தொழிலாளர்களுக்காக அவர் என்ன செய்வார் என்பது நகரத்தொழிலாளர்கள் எல்லோருக்கும் ஏன், தமிழ் நாட்டுத் தொழிலாளர்கள் எல்லோருக்கும் நன்கு தெரியும். தொழிலாளிகளின் நலன்களைப் பாதுகாத்து நிற்பதோடு, கடந்த பல வருடங்களாக நாம் போராடி வருகிற உரிமைகள் நமக்கு வழங்கப்படுவதற்காகவும் விடாமல் போராடுவார். தோழர் ஜீவா சகல துறைகளிலும் தேர்ச்சியடைந்த ஒரு போல்ஷ்விக். தொழிலாளி மக்களின் உரிமைகளை வற்புறுத்தி அவர் தன்னுடைய பிரசங்கத் திறமையைக் காட்டுவாரேயானால், சட்ட சபை சுவர்களும் கிடுகிடுத்து ஆடும். அவர் அங்கு அவ்விதம் கர்ஜிக்கும்போது, செங்கொடியை உயர்த்திப் பிடித்துத் தொழிலாளி வர்க்கம் முழுவதும் ஒன்று திரளுமேயானால், ஒரு புதிய உலகத்தை --எல்லோருக்கும் வேலை, உணவு, அடிப்படைச் சம்பளம், வயோதிகப் பென்ஷன், பிரஸவ சகாய நிதி, 42 மணி வேலை நேரம் முதலியவற்றை அளிக்கக்கூடிய ஒரு புதிய உலகத்தை---நிர்மாணிப்பதில் அவர் முழுக்க முழுக்க உதவி செய்வார்.

ஜீவாவின் வாழ்க்கையைப் பற்றி தோழர் இஸ்மத் எழுதியிருக்கும் இக்குறிப்புகள், நம் தேச சுதந்திரத்திற்கு முன்னணியில் நின்று போர் புரிகின்ற வீரர்களில் ஒருவரின்---- மனதைப் புரிக்குள் நிகழ்ச்சிகள் பல மலிந்த----வாழ்க்கையாகும். அநேக வருடங்களை ஜீவா சிறையில் கழித்திருக்கிறார். நம் ஜனங்களின் மகத்தான ஸ்தாபனமாகிய காங்கிரஸில் உயர்ந்த ஸ்தானமாகிய அ.இ.கா. கமிட்டியில் அங்கத்தினராக இருந்திருக்கிறார். தமிழ் நாடு காங்கிரஸ் கமிட்டியிலும், அதன் காரியக் கமிட்டியிலும் அங்கம் வகித்திருக்கிறார். இடதுசாரி பத்திரிகைகள் பலவற்றிற்கு ஆசிரியராக இருந்திருக்கிறார். மறுமலர்ச்சி இயக்கத்தின் கவியாக, புதிய தமிழ் நாட்டின் கவியாக, புரட்சியின் கவியாக அவர் திகழ்கிறார்.

இச்சிறு புத்தகத்தைப் படிக்கிறவர்கள், எவ்விதம் சேவை செய்வதற்காக ஜீவா கஷ்டப்பட்டார் என்பதையும், நம் தேசத்தின் சுதந்திரத்திற்காகச் சிறந்த முறையில் சேவை செய்யவேண்டும் என்பதற்காக எவ்விதம் போராடினார் என்பதையும் அறிவார்கள். இதே கருத்தை செம்மையாகக் கடைப்பிடிக்க எவ்விதம் அவர் கம்யூனிஸ்டு கட்சியில் சேர்ந்தார் என்பதையும் அறிவார்கள். இவ்விதம்தான் தேசப்புதல்வர்களில் தலைசிறந்தவர்கள் கம்யூனிஸ்டுக் கட்சியில் வந்து சேருகிறார்கள்.

பத்து வருடங்களுக்கு முன்பு ஜீவா கம்யூனிஸ்டு கட்சியில் அங்கத்தினரானார். அப்போது கட்சி சட்ட விரோதமாக இருந்தது. அதாவது, கட்சியின் பெயரைச் சொன்னாலே போலீஸின் கொடிய அடக்கு முறைக்கு ஆளாக வேண்டியிருந்த அந்தக் காலத்தில் அவர் கட்சியில் சேர்ந்தார்.

தங்களுடைய அன்புக்குப் பாத்திரமான ஒருவரின் வாழ்க்கையைப் பற்றிய இக்குறிப்புகளைத் தமிழ் மக்கள் --- குறிப்பாகத் தொழிலாளர்கள் --- மனம் விரும்பி மகிழ்ச்சியுடன் வாசிப்பார்கள் என்பதில் எனக்குச் சந்தேகமில்லை.

இக்குறிப்புகளை எழுதிய தோழர் இஸ்மத்தைப் பற்றி சில வார்த்தைகள். இவர் ஒரு இளம் புரட்சிக்காரர். எங்கள் கட்சியின் 'ஜன சக்தி' பத்திரிகையின் ஆசிரியர்கள் போர்டில் ஒருவர். லெனின் வழியில் --- அதாவது தொழிலாளிகளின், விவசாயிகளின் எளிய பாஷையில் --- எழுதக்கூடியவர். 'ஜனசக்தி' வாசகர்கள் இவரை நன்கு அறிவார்கள். இச்சிறு வாழ்க்கை வரலாற்றைத் தோழர் இஸ்மத் பேனாவினால் எழுதவில்லை; சித்திரங்களாகச் சித்திரித்திருக்கிறார். இச்சிறு வெளியீட்டில் மகிழ்ச்சியையும், நன்மையையும் தமிழ்மக்கள் அடைவார்கள் என்று நம்புகிறேன்.

சென்னை   ஏ. எஸ். கே. அய்யங்கார்
4-3-'46

பொருளடக்கம்

பக்கம்

1. முன்னேற்ற இயக்கம் -- 1

2. ஒப்பற்ற தலைவர் - தோழர் ஜீவா
   சில நினைவுகள் -- 48

3. அனைவராலும் பேரன்போடு
   நேசிக்கப்பட்ட நம் தலைவர் ஜீவா
   (1906 - 1963) -- 55

I

முன்னேற்ற இயக்கம்

காலம் மாறுகிறது. அதோடு மனிதன் மாறுகிறான். அவனோடு மனோபாவமும் மாறுகிறது! பழையன மறைகின்றன; புதியன தோன்றுகின்றன. இருளைவிட்டு ஒளியை நோக்கி உலகம் முன்னேறி வருகிறது.

தமிழ் நாடும் முன்னேறி வருகிறது! ஐம்பது வருடங்களுக்கு முன்பிருந்ததல்ல இன்றைய தமிழ்நாடு. வெள்ளைப் பரங்கியை துரை என்ற காலம் போச்சு. "வெள்ளை ஏகாதிபத்யத்தை வெளியேற்றும்" காலமாச்சு. "எங்கும் சுதந்திரம் என்பதே பேச்சு. நாம் எல்லோரும் சமம் என்பது உறுதியாச்சு" வேறொருவனுக்கு உழைத்துக் கொட்டுவது விதிப்பயன் என்று நினைத்த காலம் மலையேறிவிட்டது. உழைப்பவனுக்கே உலகம் என்று கர்ஜிக்கும் காலம் உதித்துவிட்டது.

இந்தக் காலம் ஒரு நாளில் திடீரென்று வந்துவிடவில்லை. பலவருடங்களாகக் கொஞ்சம் கொஞ்சமாக வளர்ந்து வந்திருக்கிறது. இன்னும் வளர்ந்து வருகிறது. இன்று கோஷமாக இருப்பதை வாழ்க்கை அனுஷ்டானமாக்கும் வழியில் வெகுவேகமாக நடந்துகொண்டிருக்கிறது.

பாதையிலே எவ்வளவோ தடங்கல்கள் - முன்னேற விடாமல் மக்களைத் தடுத்து எதிர்த்து நிற்கும் சக்திகள் எத்தனையோ! வழிகாட்டியவர்களுக்கே சில சமயம் வழி தவறிவிடும்; நடுக்கம் கண்டுவிடும்; இன்னும் மேலே போவதற்கு பயந்து சிலர் நின்றுவிடுவார்கள். மற்றும் சிலர் முன்னேற விரும்புகிறவர்களைப் பின்னுக்கு இழுக்கவும் முற்படுவார்கள். அப்படி இழுக்கும்போது, அறிந்தோ அறியாமலோ,

முன்னேற்றத்தை எதிர்க்கும் சக்திகளுடன் ஐக்கியமாகி விடுவார்கள்.

ஆனால் ஜனங்கள் நிற்கமாட்டார்கள். எத்தனை ஆயிரக்கணக்கான வருடங்களாக அவர்கள் முன்னோக்கி நடந்து வருகிறார்கள்! என்றுமே அவர்களை யாராலும் பரிபூரணமாகத் தடுத்து நிறுத்த முடியவில்லை! இனியும் யாராலும் தடுத்து நிறுத்த முடியாது!

தமிழ் மக்களும் பிற்போக்கு சக்திகளை எதிர்த்துப் போராடினார்கள். "வந்தே மாதரம்" என்று சொன்னால் ஒரு காலத்தில் ஏகாதிபத்யம் தடிகொண்டு தாக்கிற்று. "புலையருக்கும் பறையருக்கும் விடுதலை" என்று கோஷித்தபோது சனாதனிகள் எதிர்த்துக் கிளம்பினார்கள். "உழைப்பவனுக்கே உலகம்" என்று பேசும்போது, சுரண்டும் கூட்டமே எதிர்த்துக் கிளம்புகிறது.

அன்று "வந்தே மாதரம்" என்று சொல்லியபோது மக்களின் உள்ளத்தில் உணர்ச்சி பிறந்தது. இன்று அது மட்டும் உணர்ச்சி ஊட்டவில்லை. "உழைப்பவனுக்கே உலகம்" என்று கூறினால்தான் கோடிக்கணக்கான பாட்டாளி மக்களின் உள்ளத்திலே மின்சார சக்தி பாய்கிறது. இந்தக் கோஷத்தை வைத்துக்கொண்டு பழைய ஸ்லோகத்தைப் பார்த்தால், அது பிற்போக்கானதாகவே தோன்றும். ஆனால் அன்று அது பிற்போக்கானது அல்ல. அன்று அந்தக் கோஷத்தை கோஷித்ததற்காக ஏகாதிபத்தியம் தடிகொண்டு தாக்கியபோது, தலைகுனிந்து அடிபணிந்து போகாமல் தமிழ்மக்கள் எதிர்த்துப் போராடியதனாலேயே, இன்று "உழைப்பவனுக்கே உலகம்" என்ற உணர்வைப் பெற முடிந்தது. அந்தக் கோஷத்திற்கும் இந்தக் கோஷத்திற்குமிடையே பல வருடங்கள் உருண்டோடிவிட்டன.

பிரிட்டிஷ் ஏகாதிபத்தியத்திற்கு எதிராக உணர்ச்சிபெற்ற தமிழ் மக்கள், மூடப் பழக்கவழக்கங்களுக்கு எதிராகவும், ஜாதிமதக் கொடுமைகளுக்கு எதிராகவும் எழுந்தார்கள். மூடப்பழக்க வழக்கங்களை ஒழிக்க முற்பட்டவர்கள், "அது மட்டும்

போதாது, சுரண்டலையும் ஒழிக்க வேண்டும்" என்று உணர்கிறார்கள். அப்போதுதான் அவர்கள் மனக்கண் முன் நிற்கும் சுதந்திர சுபிட்ச உலகத்தைக் காண முடியும்.

இவ்விதம் அடியடியாய் எடுத்து வைத்து, படிப்படியாய் தமிழ்நாடு முன்னேறி வந்திருக்கிறது. இந்த முன்னேற்றத்திற்கு வழிகாட்டிய தலைவர்கள் பலருண்டு. ஒவ்வொருபடி முன்னேற்றத்திற்கும் ஒவ்வொரு விதமானவர்கள் தலைவர்களாக இருந்திருக்கிறார்கள். அந்தப் படியைக் கடந்துவிட்டால் பிறகு, அடுத்தபடியிலும் ஜனங்களுக்கு வழிகாட்டி முன்னேறிய தலைவர்கள் வெகு சிலரே!

அந்த வெகு சிலரில் ஒருவர்தான் தோழர் ஜீவானந்தம், இவருடைய வாழ்க்கையே முன்னேற்ற சக்தியின் சரித்திரத்தோடு இணைந்து பிணைந்திருக்கிறது. மேலும் மேலும் முன்னேறி, தமிழர்களின் சுதந்திர சுபிட்ச குடியரசைக் காண ஆசைப்படும் ஒவ்வொரு தமிழனும் இவருடைய சரித்திரத்தைத் தெரிந்துகொள்ள ஆசைப்படுவதில் ஆச்சரியமில்லை.

II

முளைப்பயிர்

தமிழ்நாட்டின் தென்கோடியில் இயற்கை அன்னையின் திருவருள் பிரகாசத்தோடு அமைந்து கிடக்கிறது நாஞ்சில் நாடு. தமிழ்நாட்டை விட்டுப் பிரிக்கப்பட்டு திருவாங்கூர் சமஸ்தானத்திற்குள் அடங்கிக் கிடக்கிறது. மலைவளம் முதல் கடல்வளம் வரை நிலவளம் நீர்வளம் மலியப்பெற்று, பார்ப்போர் கண்களைக் கவருகிறது. கவிமணி தேசிய விநாயகம் பிள்ளை போன்ற தமிழ் அறிஞர்கள் பலரைப் பெற்றெடுத்த பெருமையைக் கொண்டாடுகிறது.

அந்த நாட்டில் பாண்டியகுல மன்னர்களால் கௌரவிக்கப்பட்ட பூதப்பாண்டி எனும் ஊர், தோழர் ஜீவானந்தத்தைத் தமிழ் மக்களுக்குச் சேவைசெய்ய காணிக்கையாக அளித்திருக்கிறது.

அவருடைய தந்தை பட்டன்பிள்ளை ஒரு ஏழை விவசாயி. வேதாந்த மனப்பான்மை படைத்த ஆஸ்திகர். எல்லோருக்கும் இனியவர். பரோபகாரி. ஆகவே, அவர் ஜனங்களின் அன்பையும், நன்மதிப்பையும் பெற்றதில் வியப்பில்லை. அவருடைய அன்னை ரொம்ப சாது. பெயர் உமையம்மை. பொறுமையும் நிரம்பப் பெற்றவர்.

பெற்றோர்களின் உயர்ந்த குணங்களெல்லாம் ஜீவாவிடம் இருந்தன. பள்ளிக்கூடத்திலும் சரி, விளையாடுமிடங்களிலும் சரி, மற்றவர்கள் பின்பற்றக்கூடிய திறமையையும் புத்தி சாதுர்யத்தையும் காட்டினார். எதிர்காலத்தில் தலைவனாகத் திகழக்கூடிய அடையாளங்கள் அப்போதே அவரிடம் தென்பட்டன.

பள்ளிவகுப்பில் அவருக்குத்தான் முதல் ஸ்தானம். ஆங்கில நடுத்தரப் பாடசாலையில் படித்த காலையில், பள்ளிக்கூடத்திலேயே தலைசிறந்த மாணவர் அவர்தான். விளையாட்டிடங்களில் தன் சகாக்களிடையில் அவரே முதல்வரும் தலைவரும். பெற்றோர்களின் தெய்வ பக்தி ஜீவாவின் வாழ்விலும் நிறையக் குடிகொண்டிருந்தது. பள்ளியில் ஆசிரியர்கள் எல்லோருக்கும் மிகப் பிரியமான மாணவர். அவருடைய மதிநுட்பத்தையும் கெட்டிக்காரத் தனத்தையும் ஒவ்வொரு ஆசிரியரும் வாயாரப் பாராட்டியிருக்கிறார்கள். பரோபகாரம் அவருக்கு இயற்கையாக அமைந்த குணம். அந்தக் காலத்தில் அதிகாலையில் நீராடி ஆலயந்தொழுவது வெகு பிரியம் ஜீவாவுக்கு. தெய்வ பக்தியோடு சமூகத்திற்குப் பணிவிடை செய்வது தன் கடமை என்று எண்ணியது சிறுவனின் உள்ளம். சொந்த ஊரிலிருந்த "திருப்பணிச் சங்கத்தின்" நடவடிக்கைகளில் உற்சாகத்துடன் பங்கெடுத்துக்கொண்டார்.

நாலாவது பாரத்தில் படித்துக்கொண்டிருந்தார். அப்போது தேசத்தில் புதியதோர் சக்தி தோன்றிற்று. மகாத்மாகாந்தியின் ஒத்துழையாமை இயக்கப் பிரசாரம் நாட்டைத் தட்டி எழுப்பிற்று. பிரிட்டிஷ் ஏகாதிபத்தியத்தை எதிர்த்துக் கிளர்ச்சி செய்தது. இந்தியாவின் உள்ளம் (தென்னாப்பிரிக்காவில் இந்திய மக்கள் பட்ட கஷ்டத்தைப் பார்த்து ஒவ்வொரு இந்தியனுக்கும் ஆத்திரம்

பொங்கிற்று.) மத்திய கிழக்கு நாடுகளில் முஸ்லிம் மக்களுக்கு ஏகாதிபத்தியம் இழைத்த தீங்குகளைக் கண்டு, கிலாபத்து விஷயத்தில் பிரிட்டிஷ் ஏகாதிபத்யத்தின் நடத்தையைக் கண்டு ஒவ்வொரு முஸ்லிமுக்கும் கோபம் அத்துமீறி வந்தது. வாக்குறுதிகளைக் காற்று வாக்கில் பறக்க விட்டு அடக்குமுறை தர்பாரை நடத்திய அதிகார வர்க்கத்தை எதிர்த்து ஒவ்வொருவருக்கும் ஆவேசம் ஏற்பட்டது.

சிறுவன் ஜீவானந்தம் இதற்கு விதிவிலக்கல்ல, காந்திஜி சொன்னது ஒவ்வொன்றும் அங்கும் எட்டிற்று. இந்திய மக்கள் யாவரையும் ஒன்று திரட்ட காந்திஜி முயற்சி எடுத்துக்கொண்டார். ஹிந்துக்களையும் முஸ்லிம்களையும் ஐக்கியப்படுத்துவதற்காக, சுயராஜ்யத்தையும், கிலாபத்தையும் ஒன்றாக இணைத்தார். தீண்டப்படாதவர் என்று ஒதுக்கப்பட்டுக் கிடந்த மக்களையும் மற்றவர்களுடன் சமநிலைக்குக் கொண்டுவருவதற்காக, தீண்டாமை ஒழிப்பைத் தன் நிர்மாணத் திட்டத்தில் சேர்த்தார். ஜனங்களின் சொந்த பலத்தில் நம்பிக்கை ஏற்படுத்துவதற்காக, சுயசேவையைப் பூர்த்தி செய்துகொள்ளும் கதர் திட்டத்தை வெளியிட்டார்.

இவைகளெல்லாம் இளைஞன் ஜீவாவின் உள்ளத்தில் மின்சார சக்திபோல் பாய்ந்தன. பசுமரத்தாணிபோல் பதிந்தன. பள்ளிக்கூடத்திலும், ஊர் ஜனங்களிடமும் இதைப் பற்றிப் பேச முற்பட்டார். தன் சொந்த ஊரில் ஒவ்வொரு சனிக்கிழமையும் காந்தி பஜனை நடத்தி காங்கிரஸ் பிரசாரம் செய்வதில் தீவிரமாக ஈடுபட்டார்.

அந்த வயதிலேயே சுயமாகக் கவிதைகட்டும் திறமை வந்துவிட்டது ஜீவாவுக்கு. அவர் எழுதிய முதல்பாட்டு காந்திஜியையும் கைராட்டினத்தையும் பற்றியது. இரண்டாவது பாட்டின் பல்லவி பின்வருமாறு:--

திடமுடனிடர் கெடவுட
னுடையணிந்திவே -- திருவுடை
கதரணிந்திடவே

காந்திஜி, கதர், கைராட்டு பற்றி பல பாட்டுகள் அக்காலத்தில் அவரால் பாடப்பட்டன. பக்திப்பாடல்களும் இயற்கைக் காட்சிகளைப் பற்றிய பலபல பாடல்களும்கூட அக்காலத்தில் அவர் இயற்றினார்.

காட்சிகண் காட்சியே

காந்தத் தாடகை மலை (காட்சி)

என்று தன் ஊர் பக்கத்திலிருக்கும் தாடகை மலையைப் பற்றி அவர் அன்று பாடிய பாட்டை இன்றும் அவருடைய நண்பர்கள் ஆர்வத்துடன் பாடிக் காட்டுகிறார்கள்.

ஐந்தாவது பாரத்தில் படிக்கும்போது எண்பது வெண்பாக்களை அவர் இயற்றினார். கதர் வெண்பா நாற்பது; இராட்டின வெண்பா நாற்பது! இவற்றைப் படித்துப் பார்த்து அவருடைய தமிழாசிரியருக்கு என்ன சொல்வதென்றே புரியவில்லை! ஆச்சரியக் குறியே கண்களில் தோன்றின! "ஒரே ஒரு வெண்பாவில் மட்டும் ஒரு தளை தட்டுகிறது. மற்றவை எல்லாம் சரியாக இருக்கின்றன. கருத்துகள் அபூர்வமாக அமைந்திருக்கின்றன!" என்று சொல்லி தட்டிக் கொடுத்தார். இந்த வார்த்தைகள் இளைஞரின் உள்ளத்தில் மிகுந்த உற்சாகத்தை உண்டு பண்ணின.

இந்தக் காலத்தில்தான் ஜீவா பொது அறிவை வளர்க்க ஏராளமாக நூல்கள் படிக்கவேண்டுமென்ற தீர்மானத்திற்கு வந்தார். தமிழ் இலக்கியங்களாக பாரதி நூல்கள், கம்பராமாயணம், சிலப்பதிகாரம், திருக்குறள் ஆகியவைகளையும், தேசிய அரசியல் நூல்களாக காந்திஜி, திலகர், தாதாபாய் விபினசந்திர பாலர், சுரேந்திரநாத் பானர்ஜி, லிங்கன், மாஜினி, மாக்ஸ்வினி, டி. எல். வாஸ்வானி, ஆகியவர்கள் எழுத்து பேச்சுத் தொகுதிகளையும், வேதாந்த தத்துவஞான ரீதியாக விவேகானந்தர், இராமகிருஷ்ணர், ராமதீர்த்தர், தாயுமானவர், கைவல்யம், தாகூர் முதலியவர்களின் நூல்களையும் படித்தார். இரண்டு மூன்று ஆண்டுகள் மேற்படி நூல்களை ஏராளமாகப் படித்தார்.

ஹைஸ்கூல் இருந்த நாகர்கோவிலில் ஜீவா அரசியலில் தீவிரமாக ஈடுபட்டார். அவர் பள்ளி இறுதி வகுப்பில் படிக்கும் காலத்தில் வட திருவிதாங்கூரில் வெள்ளப்பெருக்கு ஏற்பட்டது. வீடு வாசல்களை இழந்து ஜனங்கள் பரிதவித்தனர். நாகர்கோவிலில் ஆசிரியர்களும் மாணவர்களும் பள்ளிக்கூடத்தை மூடிவிட்டு, கஷ்ட நிவாரண வேலையில் ஈடுபட்டனர். மாணவர் கோஷ்டி ஒன்று நாஞ்சில் நாட்டின் வடபாகத்திற்கு (தோவாளை தாலுகா முழுவதும்) சுற்றுப்பிரயாணம் செய்யப் புறப்பட்டது. அக்கோஷ்டியின் தலைவர் ஜீவானந்தம், கிராமங்களில் சுற்றி, பிரசங்கங்கள் பலபுரிந்து, அவதிப்படும் மக்களுக்காக நிதி திரட்டினார். சொல் வன்மையை -- பிரசங்கத் திறமையை மக்கள் ஊழியத்திற்குப் பயன்படுத்த அவர் துணிந்தது அதுதான் முதல் தடவை.

இது முடிந்ததும் ஸ்தாபனம் கட்டும் வேலையைத் தொடங்கினார். மகாத்மா காந்தி வாசகசாலையைத் தோற்றுவித்தார். இது மட்டும் போதுமா? அரசியல் பேசுவது மட்டும் போதாது. "சுகாதாரத்திற்கு வழி" (Guide to Health) என்ற புத்தகத்தில் உடல் உறுதியும் வேண்டும் என்று காந்திஜி கூறுகிறார். "விவேகானந்தா புட்பால் டீம்" என்று கால்பந்து விளையாட்டுக் கோஷ்டி ஒன்றையும் ஜீவா சேர்த்துவிட்டார். உடல் உறுதி மட்டும் போதாது! நம் தேசத்தின் கலையும் வளரவேண்டும். "ஞான பாஸ்கரன்" என்று ஒரு நாடகத்தை எழுதி பள்ளித் தோழர்களைக்கொண்டு ஜீவா நடித்தார்! கலை பழைய போக்கிலேயே இருக்கக்கூடாது. ஜனங்களின் முன்னேற்றத்திற்கு உதவி செய்யக்கூடியதாகவும் இருக்க வேண்டும். தேசத் தொண்டில் ஈடுபட்டுப் பல கஷ்டங்களைச் சமாளிக்கும் ஒருவனைக் கதாநாயகனாக அமைத்து "சுகுணராஜன் அல்லது சுதந்திர வீரன்" என்ற நாவலை எழுதினார் ஜீவா!

இவையெல்லாம் ஐந்தாம் பாரத்தில் படிக்கும்போது ஜீவாவால் எழுதப்பட்டவை என்பதை மறந்துவிட வேண்டாம்!

III

கொள்கைப் பிடிப்பு

ஹைஸ்கூலில் கடைசி வகுப்பில் படித்துக்கொண்டிருக்கும் போது, ஜீவாவிற்கு இருப்புக்கொள்ளவில்லை. பள்ளிப்படிப்பு காலத்தை வீண் விரயம் செய்வதாகப்பட்டது. "தேசத்தொண்டு செய்வதை விட்டுவிட்டு, பள்ளிக்கூடத்தில் உட்கார்ந்திருப்பதாவது" என்று தனக்குள்ளேயே சொல்லிக்கொண்டிருந்தார். பள்ளிக்கூடத்திற்கு ஒரு கும்பிடு. அவ்வளவுதான்.

கொள்கைப் பிடிப்பு இறுகிக்கொண்டே வந்தது. அவரைப் புரட்சிப்பாதையில் தள்ளிற்று. அவ்வூரில், மேல்ஜாதியினர் வசிக்கும் வீதியில் ஹரிஜனங்களின் காற்றே வீசக்கூடாது! காற்று பட்டாலும் பாபம். இந்த அநியாயத்தை அழிக்க வேண்டும் என்று அவர் ஹிருதயம் அடித்துக்கொண்டது. தன்னுடைய வாசகசாலையிலும், கால்பந்து விளையாட்டுக் கோஷ்டியிலும் ஒரு ஹரிஜன சிறுவனைச் சேர்த்துக்கொண்டார். மேல்ஜாதியினர் வசிக்கும் வீதிகள் வழியே தீண்டப்படாதார் வரக்கூடாதென்று தடுக்கப்பட்டிருந்த தேரோடும் தெருக்களின் வழியே அவனை அழைத்துச் சென்றார். அவ்வளவுதான்! ஊரிலே பெரிய புரட்சி!

மேல்ஜாதியினருக்கு மூக்கைப் பொத்துக்கொண்டு வந்தது கோபம். ஜீவாவின் தந்தை மகனுடைய 'தவறு'க்காக அவர்களிடம் மன்னிப்புக் கேட்டுக்கொண்டார். வீட்டிற்கு வந்து மகனைக் கண்டித்தார். மகன் சாதாரண மகன் அல்ல. அப்பாவைப் பணிவோடும் துணிவோடும் எதிர்த்தான்! தான் செய்ததுதான் சரி என்று விநயமாக வாதித்தான். பரம்பரைப் பழக்கத்திலே கட்டுண்ட அப்பா மகன் சொல்வதை ஒத்துக் கொள்ளவில்லை.

"தீண்டாமையை ஒழித்துத்தான் தீருவேன்" என்றார் ஜீவா. "கூடாது" என்றார் தந்தை. "என் கொள்கையை விட முடியாது. வீட்டை விட்டுவிடுகிறேன்!" என்று சொல்லி வீடு வாசல்களைத் துறந்து ஜீவா வெளியேறிவிட்டார்.

இந்தக் கொள்கைப் பிடிப்பு அவரிடமுள்ள அபூர்வமான குணங்களில் ஒன்று. பல உதாரணங்களைக் கூறலாம். பள்ளி இறுதி வகுப்பில் படிக்கும்போது அவருடைய தாயார் காலமானார். ஆற்றங்கரைக்கு ஏராளமாக ஜனங்கள் வந்திருந்தனர். மூத்தமகன் என்கிற முறையில் அவர்தான் ஈமச்சடங்குகளைச் செய்ய வேண்டும். கோடி கட்டிக்கொண்டுதான் "நீர்மாலை" என்ற சடங்கைச் செய்ய வேண்டும் என்பது சம்பிரதாயம். கதர்த்துணியை உடுத்திக்கொண்டுதான் அவற்றைச் செய்வேன் என்று ஜீவா உறுதியுடன் கூறினார். அப்போதெல்லாம் இப்பொழுது கிடைப்பதுபோல் கதர்த்துணி கிடைப்பதில்லை. சுற்றுவட்டாரத்தில் கதர் தேடிச்சென்றவர்கள் வெறுங் கையுடன் திரும்பினர். தந்தையும், உறவினர்களும் மன்றாடினார்கள்; கெஞ்சினார்கள்; மிரட்டினார்கள். ஊர்ப்பெரிய மனிதர்களும் ஒருமுகமாகப் புத்திமதி சொன்னார்கள். தன் கொள்கையை ஒரு நொடிப்பொழுதுகூட ஒதுக்கிவைக்க ஜீவா தயாராக இல்லை! இறுதியில் அவருடைய தம்பி, அண்ணன் செய்ய வேண்டிய கிரியைகளைச் செய்து முடிக்க வேண்டியதாயிற்று.

இது நிற்க,

கொள்கைக்காக வீட்டைவிட்ட ஜீவா, நேராக சுசீந்திரம் என்ற ஊருக்குச் சென்றார். அங்கு தெருப்பிரவேச சத்தியாக்கிரகம் ஆரம்பிக்கும் தருவாயிலிருந்தது. தெருக்களில் ஹரிஜனங்கள் செல்லக்கூடாதென்ற சமூக அநீதி அங்கு பேயாட்டம் ஆடிக்கொண்டிருந்தது. உலகப் பிரசித்திப்பெற்ற வைக்கம் சத்தியாக்கிரகத்தில் எதிரொலியாக சுசீந்திரத்திலும் சத்தியாக்கிரகம் செய்ய ஏற்பாடாயிற்று. ஜீவா அந்தப் போராட்டத்தில் குதித்தார். சத்தியாக்கிரகிகளின் முதல் கோஷ்டியின் தலைவரானார். வைதீக ஜாதி ஹிந்துக்கள் ஏவிவிட்ட குடிவெறியர்களின் மூங்கில்கழை அடிகளையும் வெற்றிலையை அதக்கி உமிழ்ந்த உமிழ்தல்களையும் வசைமாரிகளையும் பொறுத்து, சாத்வீக சத்தியாக்கிரகப் பரீட்சையில் தேறினார். "வழிவிடுவீர் வழிவிடுவீர்" என்று அவரால் ஆக்கப்பட்டு, சத்தியாக்கிரகத் தொண்டர்களால் பாடப்பட்ட பாட்டு, வீடுகளிலெல்லாம் எதிரொலித்தது.

IV

ஜாதிக்கொடுமைகளை எதிர்த்து அன்று ஒரு கிளர்ச்சி கிளம்பிக்கொண்டிருந்தது. ஹரிஜனங்களுக்கு நீதி வழங்க வேண்டும் என்பதற்காக வீட்டைத் துறந்து ஜீவா அவ்வியக்கத்தினால் ஆகர்ஷிக்கப்பட்டதில் ஆச்சரியமில்லை.

பிரபல தேசபக்தரான ஸ்ரீ வா.வே.சு. ஐயர் அவர்களால் சேரன்மாதேவியில் அப்போது ஒரு ஆஸ்ரமம் நடத்தப்பட்டு வந்தது. "பரத்வாஜ் ஆஸ்ரமம்" என்று அதற்குப் பெயர். பிராமண மாணவர்களுக்கு மட்டும் ஒரு தனி இடத்தில் உணவு பறிமாறும் வழக்கம் அங்கு இருந்தது. "இது கூடாது; எல்லோருக்கும் ஒரே இடத்தில் உணவு பரிமாறப்பட வேண்டும்" என்று ஈ.வெ.ரா., வரதராஜ நாயுடு முதலியோர் கிளர்ச்சி செய்தனர்.

ஜீவா இந்தக் கிளர்ச்சியிலும் கலந்துகொண்டார். சிறந்த தேசியவாதிகளையும் இக்கொடிய ஜாதி மதப்பேய் விடவில்லையே என்று நினைத்து மிகவும் வருந்தினார். இக்கொடுமையை ஒழிக்கக் கடுமையாகப் போராட வேண்டும் என்று உறுதி செய்துகொண்டார்.

நண்பர்கள் சிலருடன் செட்டி நாட்டிற்குச் சென்றார். காரைக்குடிக்கு அருகிலுள்ள சிராவயல் என்ற கிராமத்தில் தானே ஒரு ஆஸ்ரமத்தைத் தோற்றுவித்தார்; "காந்தி ஆஸ்ரமம்' என்று இதற்குப் பெயர். ஸ்ரீ கும்பலிங்கம் என்பவரைத் தலைவராகக்கொண்ட இவ்வாஸ்ரம நிர்வாகக் கமிட்டியில் பொதுக்காரியதரிசியின் பொறுப்பை ஏற்றக்கொண்டார்.

பரத்வாஜ் ஆஸ்ரமத்திற்கு இது முற்றிலும் மாறுபட்டதாக இருந்தது. அதில் காணப்பட்ட குறைபாடுகள் இதில் ஏற்படவேயில்லை. உயர்ந்த ஜாதியினரும், தாழ்த்தப்பட்டோரும் ஒரே விதமான வாழ்க்கையில் வாழ்வதற்குப் பழக்கப்பட்டனர். ஆண்களும் பெண்களும் சரிசமானமாக நடத்தப்பட்டனர். தேசியக் கல்வி போதிக்கும் பொருட்டு பள்ளிக்கூடங்கள் பல தொடங்கப்பட்டன. ஹரிஜன சேரிகளில் இரவுப்பள்ளிக்கூடங்களும், நூல் நூற்கும் நிலையங்களும் நடத்தப்பட்டன.

பழைய தேசபக்தர்களின் மனோபாவத்திற்கும் இவ்வாஸ்ரமப் பழக்கத்திற்கும் எவ்வளவோ வித்தியாசமிருந்தது. தமிழ்ப் பண்பை அடிப்படையாகக்கொண்டு புதிய முறையில் மாணவர்களும் ஊழியர்களும் பயிற்றுவிக்கப்பட்டனர்.

ஜீவாவைத் தலைமை ஆசிரியராகக்கொண்ட ஒரு தேசிய கலாசாலைக்குப் பழம்பெரும் தேச பக்தரான ஸ்ரீ. வ. உ. சிதம்பரம் பிள்ளை அவர்கள் ஒரு நாள் விஜயம் செய்தார்கள். சிறுவர்களும், சிறுமிகளும் இராட்டைகளைச் சுழற்றிக் கொண்டிருந்தனர்.

ஒரு சிறுவனைப் பார்த்து ஸ்ரீ பிள்ளையவர்கள் கேட்டார்கள்:

"இங்கு பெண்கள் மட்டும் நூற்கிறார்களா,
பையன்களும் நூற்கிறார்களா ?"

"நாங்கள் எல்லோரும் நூற்கிறோம்"

"பையன்கள் கூடவா ?"(1)

"ஆமாம் !"

இதைக் கேட்டவுடன், "ஸ்டுபிட் ஆர்கனைசேஷன்" (ஒரு முட்டாள்தனமான ஸ்தாபனம்) என்று ஸ்ரீ பிள்ளையவர்கள் கோபத்தோடு வெடுக்கென்று கூறினார்கள்.

ஜீவாவிற்கு மனம் பொறுக்கவில்லை. அந்த வார்த்தைகளை **ஆக்ஷேபி**த்தார். "தங்களைப் போன்ற பெரியார்கள் இப்படி ஒரு இயக்கத்தையே பழிப்பது அழகல்ல" என்று நிதானமாகவும் உறுதியாகவும் கூறினார்.

ஸ்ரீ பிள்ளையவர்கள் பெரிய மனிதர். தன் மனதில் தோன்றியதைச் சொல்ல கணமும் தயங்காத ஆவேசமிக்க நேர்மையாளர். "வாளேந்த வேண்டிய கையை ராட்டுச் சுற்ற வைப்பது என்னால் சகிக்க முடியாதது" என்றார்.

"தாங்கள் சொல்வது சரி; ஆனால்"... என்று ஜீவா பேச ஆரம்பித்தார். "வாள் ஏந்தி ரத்தம் சிந்தினாலொழிய இந்தியாவிற்குச் சுதந்திரமில்லையென்றால், போர்க்களத்தில் ரத்தம் சிந்துவதற்குக் கொஞ்சமும் தயங்காது உங்களோடு

நின்று போராடத் தயாராக இருக்கும் என் போன்ற வாலிபர்கள் லட்சக்கணக்கில், சுதந்திர ஆர்வத்தால், இன்றைக்கு வேறு வழியில்லாததால் ஈடுபட்டிருக்கிறோம். இப்படிப்பட்ட ஒரு ஸ்தாபனத்தை ஒரேயடியாக "ஸ்டுபிட் ஆர்கனைசேஷன்" என்று தாங்கள் அவமதிப்பது எங்களுக்கு மிகுந்த மன வேதனையை அளிக்கிறது" என்றார் ஜீவா.

கண்ய மிகுந்த பிள்ளை அவர்கள் தமது அபிப்பிராயத்தை வாபீஸ் வாங்கிக்கொண்டார். அன்று அதே இடத்தில் ஒரு பொதுக்கூட்டம் நடைபெற்றது. ஸ்ரீ பிள்ளை அவர்கள் தலைமை தாங்கினார்கள். "பெண்கள் விடுதலை" எனும் பொருள் பற்றி வெகு நேரம் உருக்கமாக ஜீவா பேசினார். பெண்குலத்தின் மேன்மையையும், வீரத்தையும் வர்ணித்து உணர்ச்சியை அலையலையாகப் பெருக்கினார். இது முழுவதையும் கவனமாகக் கேட்டுவந்த ஸ்ரீ பிள்ளை அவர்கள் பெண்களைப் பற்றிய கருத்தையும் மாற்றிக்கொண்டு விட்டார். முடிவுரையில், "வேதம் நிறைந்த தமிழ் நாடு, உயர் வீரம் செறிந்த தமிழ் நாடு என்று பாரதி கண்ட கனவு வீண்போகவில்லை" என்று கூறி, ஜீவாவை வெகுவாகப் பாராட்டினார்.

பழைய தேச பக்தர்களின் பரம்பரையை அவர்களுடைய முன்னிலையிலேயே ஜீவா வளர்த்துக் காட்டினார்.

V

தமிழ்ப்பற்று

ஆஸ்ரமத்தில் தமிழ் நூல்களை ஜீவா திரும்பத் திரும்பப் படித்துப் பழகினார். தமிழ்ப்பற்று தனித் தமிழ் போதையாக மாறிவிட்டது. தமிழ்மொழிதான் சிறந்த மொழி; அது வளர வேண்டும்; பிற மொழிக் கலப்பில்லாமல் பேசப்பட வேண்டும்; எழுதப்பட வேண்டும்! இந்த ஆசை அத்து மீறிப்போய் வெறியாகிவிட்டது. ஆனால் இந்த வெறி தவறானது என்பதை வெகு சீக்கிரத்தில் ஜீவா உணர்ந்துகொண்டார்.

ஆஸ்ரமத்தில் ஒரு நாள் ஒரு கூட்டம் நடைபெற்றது. பிரபல எழுத்தாளரான வ. ரா. பிரசன்னமாயிருந்தார். "நாடும் இளைஞரும்" எனும் பொருள்பற்றி ஒரு மணி நேரம் வரை ஜீவா பேசினார். பிறமொழிச்சொல் ஒன்றுகூட வரவில்லை! எல்லாம் தமிழ்! தனித்தமிழ்! செந்தமிழ்! கூடியிருந்தவர்கள் பிரமித்துவிட்டனர்; மூக்கில் விரலை வைத்தனர். "இந்த மாதிரி பிரசங்கத்தை நான் கேட்டதே இல்லை" என்றார் வ. ரா. "இவ்விதம் பேசக்கூடியவர்கள் தமிழ்நாட்டில் வெகு சிலரே" என்று கூறி ஜீவாவைப் பாராட்டினார்.

அதோடு நின்றுகொள்ளவில்லை. அவர் மேலும் கூறினார். "உங்களை நான் மன்றாடிக் கேட்டுக்கொள்கிறேன். தமிழ் நாட்டின் நன்மையை உத்தேசித்து, தமிழ் மொழியின் வளர்ச்சியை உத்தேசித்து, தயவு செய்து இத்தனித்தமிழை விட்டுவிடுங்கள். நீங்கள் என்னதான் அபூர்வமாகப் பேசிய போதிலும், உங்களுடைய தனித்தமிழைப் பாமர மக்களால் புரிந்துகொள்ள முடியாது. இது ஜனங்களுடைய மொழியல்ல!"

இந்த வெறி எவ்வளவு தூரம் ஜீவாவைப் பிடித்திருந்தது என்பதற்குப் பல உதாரணங்களைக் கொடுக்கலாம். தோழர் சி. பி. இளங்கோ, கிருஷ்ணன் என்ற தன்னுடைய பழைய பெயரைப் பறிகொடுத்தார்! "ஜீவானந்தம்" என்ற பெயர் "உயிர் இன்பன்" என்று மாறிவிட்டது!

இந்த வெறியை விட்டொழிக்கச் சமீபத்திலேயே ஜீவாவிற்கு ஒரு சந்தர்ப்பம் ஏற்பட்டது. அதைப் பிறகு கவனிப்போம்.

VI

சுயமரியாதை

சமூகச் சீர்திருத்தம் செய்வதற்காகத் தோன்றிற்று சுயமரியாதை இயக்கம். ஜாதிக்கொடுமை, பெண் அடிமை, விதவைக்கொடுமை, மூடப்பழக்கங்கள் முதலியவற்றை

சமூகத்திலிருந்து வேரோடு சாய்த்து வீழ்த்த வேண்டுமென்பது இதன் நோக்கம். அமுலில் காணும் தீங்குகளைக் கண்டதேயொழிய, அவற்றிற்செல்லாம் சரித்திர பூர்வமான காரணம் என்ன என்பதை ஆராய்ந்து அறியவும், அந்தக் காரணத்தை வேரோடு சாய்த்து வீழ்த்தவும் அது எத்தனிக்கவில்லை. ஆனால் அந்தக் காலத்தில் இத் தீங்குகளைக் கண்டு ஒழிக்க வேண்டுமென்ற உணர்வு ஏற்பட்டதே பெரிய காரியம்!

ஈ.வே. ராமசாமி நாயக்கரும் அவரைச் சார்ந்த சிலரும் அவ்வியக்கத்தை வளர்த்துத் தீவிர பிரசாரம் செய்தனர்.

இளமையிலிருந்து சமூகக்கொடுமைகளை வெறுத்த ஜீவா அந்த இயக்கத்திலும் கலந்தார். "தகரென்று கொட்டு முரசே, பொய்மைச் சாதி வகுப்பினையெல்லாம்!" என்ற பாரதியின் கீதம் அவருடைய காதுகளிலே ரீங்காரம் செய்துகொண்டிருந்தது. காந்திஜி சுதந்திர ஆர்வத்தைத் தட்டி எழுப்பினார். ஆனால் வர்ணாசிரம தர்மத்தை ஆதரித்தார். ஜீவா சுதந்திரத்தை ஏற்றுக்கொண்டார். வர்ணாசிரம தர்மத்தை உதறித் தள்ளினார்.

காந்திஜியின் முன்பாகவே இதைப் பச்சையாக எடுத்துக் கூறினார் ஜீவா.

மகாத்மா காந்தி சிலோனுக்குப் போகும்போது செட்டி நாட்டிற்கு விஜயம் செய்தார். ஆசிரமவாசிகள் சிலருடன் சென்று காரைக்குடியில் அவரை ஜீவா பேட்டி கண்டார். "உங்களுக்கு ஏதாவது சொத்து இருக்கிறதா?" என்று காந்திஜி கேட்டார்.

"தாய் நாடுதான் எங்களுடைய சொத்து!" என்று ஜீவா பதிலுரைத்தார். "இல்லை! நீங்கள்தான் தாய் நாட்டின் சொத்து" என்று காந்திஜி கூறினார்!

பிறகு அந்த ஆஸ்ரமத்திற்கு காந்திஜி விஜயம் செய்தார். ஐம்பது ஆயிரம் கஜம் நூல் அவருக்குக் காணிக்கையாக அளிக்கப்பட்டது. அதில் பத்தாயிரம் கஜம் நூலை ஜீவா தானே நூற்றுக் கொடுத்தார்! இது முடிந்ததும், காந்திஜிக்கு வரவேற்புப்

பத்திரம் ஒன்று வாசித்தளிக்கப்பட்டது. அதில் வர்ணாசிரம தர்மத்தைக் கண்டித்து ஜீவா எழுதியிருந்தார்.

இது முடிந்த பின்பு, பாகனேரியில் ஜீவாவும், இன்னும் பல நண்பர்களும் சேர்ந்து காந்திஜியை ஒரு கேள்வி கேட்டனர்.

"குணத்திற்கும், கருமத்திற்கும் தக்கபடி நான்கு வர்ணங்களை நான் சிருஷ்டித்திருக்கிறேன் என்ற கீதாவாக்கியம் உங்களுக்கு உடன்பாடு அல்லவா?"

காந்திஜி : ஆம்.

நண்பர்கள்: அப்படியானால் நீங்கள் சாத்வீகத் தன்மையிலும், நன்னெறி ஒழுக்கத்திலும் சிறந்தவராக விளங்குவதனால், நீங்கள் ஒரு பிராமணன் அல்லவா? பிராமணனாகப் பிறந்து தீய ஒழுக்கமுடைய ஒருவன் சூத்திரன் தானே?

காந்திஜி: இல்லை, நான் நல்ல வைசியன். தீய ஒழுக்கங்களையுடைய பிராமணன் கெட்ட பிராமணன்.

இத்துடன் ஜீவாவும், அவருடைய நண்பர்களும் இந்தப் பேச்சை நிறுத்திக்கொண்டுவிட்டனர்.

இந்த நிகழ்ச்சிக்குப் பின், ஜீவாவின் சுயமரியாதை இயக்கக் கருத்துகள் தீவிரப்பட்டன. அந்த ஆஸ்ரமத்தின் தலைவரான ஸ்ரீ கும்பலிங்கத்துக்கும் ஜீவாவிற்கும் அபிப்பிராய பேதம் முற்றிவிட்டது. அரசியலிலும், சமூகச்சீர்திருத்தத்திலும், மதக்கோட்பாடுகளிலும் இருவருக்கும் அபிப்பிராய பேதம் நாளுக்கு நாள் அதிகரித்து வந்தது.

ஜீவா அந்த ஆஸ்ரமத்தை விட்டு வெளியேறிவிட்டார். சில ஆசிரியர்களையும் மாணவர்களையும் அழைத்துக்கொண்டு அவ்வூருக்கு அருகிலிருக்கும் நாச்சியாபுரம் என்ற கிராமத்தில் புதிய ஆஸ்ரமம் ஒன்றை ஸ்தாபித்தார். இதற்கு "உண்மை விளக்க நிலையம்" என்ற பெயர் கொடுக்கப்பட்டது. சுதந்திர இயக்கமும், சுயமரியாதை இயக்கமும் ஒன்றாக இணைக்கப்பட்டது இந்நிலையத்தில்!

VII
மூன்று சக்திகள்

1927-ம் வருடம் ஜீவாவை மூன்று வித சக்திகள் பிடித்து இழுத்தன. சுதந்திரம் ஒருபுறம்; சமூகச் சீர்திருத்தம் மறுபுறம்; தமிழ்ப்பற்று இன்னொரு புறம்.

அவ்வருடத்தில் சுயமரியாதை மகாநாடு செங்கல்பட்டில் நடந்தது. ஜீவா அதில் கலந்துகொண்டார். சமூகக் கொடுமைகளைக் கண்டித்துச் சண்ட மாருதம் போல் சொற்பொழிவாற்றினார்.

அதே வருடம் சென்னையில் அகில இந்தியக் காங்கிரஸின் வருடாந்திர மகாநாடு கூடியது. ஜீவா அதற்கும் சென்றார். பிரிட்டிஷ் ஏகாதிபத்யத்தினிடமிருந்து தாய் நாட்டின் சுதந்திரத்தை அடைவதில் தன் ஆர்வத்தைக் காட்டினார்.

அம் மகாநாடு முடிந்ததும், தனித்தமிழே உருவெடுத்து வந்தாற்போலிருக்கும் மறைமலை அடிகளைப் (சுவாமி வேதாசலம்) பார்ப்பதற்காகப் பல்லாவரத்திற்குப் போனார்.

முதல் இரண்டு சக்திகளும் வெற்றி பெற்றன. இம் மூன்றாம் சக்தி தோல்வியுற்றது.

மறைமலையடிகளின் வீட்டு வாசற்படியில் ஏறும்போது அவருக்குத் தூக்கிவாரிப் போட்டது, ஏனெனில், அப்போது உள்ளே இருந்த அடிகள் "யாரது? போஸ்ட்மேனா?" என்று கேட்டார். தனித்தமிழின் உருவம் ஆங்கிலப்பதத்தை உபயோகிக்கிறதே என்பதனால்தான் அந்த ஆச்சரியம்.

எனினும், பொறுமையுடன் உள்ளே சென்றார். வழக்கப் பிரகாரம், "என்ன காரணம் பற்றி வந்தீர்கள்?" என்று ஸ்வாமி விசாரித்தார். விவாதம் தொடங்கிவிட்டது!

"காரணம் என்பது தமிழ்ச் சொல்லா, பிற மொழிச் சொல்லா?"

"ஏது, மூலம், எனும் சொற்கள் தமிழ்ச்சொற்கள் தாமே?"

"ஆம்!"

"அங்ஙனமாயின் ஏது, மூலம் ஆகிய சொற்களைப் புழங்குதல் அன்றோ சால்புடைத்து?"

"ஆம்!"

ஆகவே, இந்த விவாதத்திலேயே ஜீவாவிற்கு ஒரு விஷயம் தெளிவாகப் புரிந்துவிட்டது. தனித் தமிழ்ச்சொற்களை மட்டும் உபயோகிப்பது என்பது அசாத்தியம். எல்லா ஜனங்களாலும் புரிந்துகொள்ள முடியாது. அதோடு, தமிழ் மொழியை வளர்ப்பவர்கள் — புதிய புதிய வார்த்தைகளைப் பழக்கத்தில் கொண்டு வருபவர்கள் — பாமர மக்களேயொழிய பண்டிதர்கள் அல்ல. பண்டிதர்கள் இஷ்டப்படி தமிழ் வளராது. மக்களின் தேவைக்குத் தக்கபடி, மக்களே அதை வளர்க்கிறார்கள்.

மறைமலையடிகள் தனித்தமிழைப் பற்றிப் பேசாமல், பேச்சை வேறுவழியில் திருப்பினார். நூல் நூற்பதையும், கதர் கட்டுவதையும் தாக்கிப் பேசினார். ஜீவா கதரை ஆதரித்துச் சண்டைபோட்டுப் பேசிவிட்டுத் திரும்பிவிட்டார்.

காங்கிரஸ் சமூகச் சீர்திருத்தத்தை கவனிக்கவில்லை. சுயமரியாதை இயக்கம் நாட்டுச் சுதந்திரத்தை கவனிக்கவில்லை. தனித்தமிழ் இவ்விரண்டையும் புறக்கணித்ததோடு, ஜனங்களையும் கவனிக்கவில்லை! காங்கிரஸ் இயக்கத்தின் சுதந்திர லக்ஷியத்தையும், சுயமரியாதை இயக்கத்தையும், ஜனங்கள் புரிந்துகொள்கிற தமிழ்மொழியையும் நாடு முன்னேற்றமடைவதற்கு ஒன்றாக இணைக்க வேண்டும் என்ற வழியில் ஜீவானந்தம் சிந்தனை செய்ய முற்பட்டார். இந்தச் சந்தர்ப்பத்தில்தான் மீரத் (கம்யூனிஸ்டு) சதிவழக்கைப் பற்றிய செய்திகள் வந்துகொண்டிருந்தன.

VIII
போராட்ட அனுபவம்

இவ்விதம் சிந்தனை செய்துகொண்டிருக்கும் போது, 1930-ம் வருடத்தில் சத்தியாகிரகப் போராட்டம் தொடங்கிவிட்டது.

ஆஸ்ரமத்தைக் கவனித்து வந்த ஸ்வாமி ஆத்மராமும், ஜீவாவும் வேதாரண்யத்திற்குப் புறப்பட்டுப் போனார்கள். ஆனால், இவர்கள் இருவரும் சென்றுவிட்டால் ஆஸ்ரமத்தை கவனித்துக்கொள்ள வேறு யாரும் இல்லை. ஆதலின் ஜீவா திரும்பிவிட வேண்டும் என்று ஸ்வாமி ஆத்மராமும் மற்ற அன்பர்களும் வற்புறுத்தினார்கள். ஜீவா திரும்பி வந்துவிட்டார்.

எனினும், அவர் ஆஸ்ரமத்திலேயே அடைபட்டுக் கிடக்க வில்லை.

சென்னையில் போலிஸ் அடக்குமுறை எல்லையை மீறிவிட்டது. தொண்டர்கள் அடித்து வீழ்த்தப்பட்டார்கள். ஆறுபோல் இரத்தம் ஓடிற்று. அச்சமயத்தில் ஈரோட்டில் சுயமரியாதை மகாநாடு கூடிற்று. போலிஸ் அடக்குமுறையை வன்மையாகக் கண்டித்து ஒரு தீர்மானம் விஷயாலோசனைக் கமிட்டியில் வந்தது. ஜீவா அதை ஆதரித்து உணர்ச்சி ததும்பப் பேசினார். "ஜாதி, மத விவகாரங்களில் மட்டும் நம் சுய மரியாதையைப் பாதுகாத்துக்கொண்டால் போதாது. அரசியல் விவகாரங்களிலும் நம் சுயமரியாதையைப் பாதுகாத்துக்கொள்ள வேண்டும்" என்று கூறி எல்லோருடைய சுயமரியாதை உணர்ச்சியையும் தட்டி எழுப்பினார்.

இம் மகாநாடு முடிந்து ஆஸ்ரமத்திற்குத் திரும்பியதும் ஒரு துர்பாக்கியமான நிகழ்ச்சி நிகழ்ந்தது. அவர் செய்த ஹரிஜனத் தொண்டையும், மது விலக்குப் பிரசாரத்தையும் கண்டு ஆத்திரங்கொண்ட அவரைக் கத்தியால் குத்திவிட்டனர். கையிலே ஆழமான வெட்டு! மிகவும் அபாயகரமான நிலைமையில் ஆஸ்பத்திரிக்குத் தூக்கிச் செல்லப்பட்டார்.

படுக்கையைவிட்டு எழுந்திருந்து நடமாடப் பல வாரங்கள் பிடித்தன. (இன்றைக்கும் அவருடைய உடம்பில் முத்திரை வைத்தாற் போலிருக்கின்றன அத்தழும்புகள்.)

இந்தக் காலத்தில் சோஷியலிஸ்ட், கம்யூனிஸ்ட் கருத்துகள் கொஞ்சங் கொஞ்சமாக நாட்டில் தலைதூக்க ஆரம்பித்தன. மீரத் சதி வழக்கைப் பற்றிய செய்திகள் பரவி வந்தன. சோவியத் ரஷ்யாவிலிருந்து புதிய செய்திகள் எட்டின.

1931-ம் வருடத்தில் விருதுநகரில் கடந்த சுயமரியாதை மகாநாட்டிற்கு ஜீவா சென்றார். தீர்மானங்களை உருவாக்குவதில் தீவிரப் பங்கெடுத்துக்கொண்டார். உலகிலுள்ள மதங்களை யெல்லாம் எதிர்த்து ஒரு தீர்மானம் நிறைவேற்றப்பட்டது. அதை ஆதரித்துப் பேசும்போது, "மதம் மக்களுக்கு அபினி போன்றது" என்று மார்க்ஸின் கருத்தை வெளியிட்டார்.

அதே வருடம் ஈரோட்டில் இன்னொரு மகாநாடு நடைபெற்றது. இதற்கு "நவஜவான் மகாநாடு" என்று பெயர். லாஹூர் சதிவழக்குத் தியாகியும், சிறையில் 63-நாள் வரை உண்ணாவிரதமிருந்து உயிர்விட்டவருமான ஜதீந்திரதாஸின் சகோதரர் கிரண்தாஸ் இதற்குத் தலைமை வகித்தார். ஜீவா இம் மகாநாட்டிலும் பங்கெடுத்துக்கொண்டார். மீரத் சதிவழக்கைப் பற்றிப் படிக்கும்போது ஏற்பட்ட உணர்ச்சியும், எண்ணங்களும் இம் மகாநாட்டின்போது ஒரு உருவத்தை அடையப்பட்டிய நிலையில் இருந்தன முழு உருவத்தையும் அடைவதற்கான சந்தர்ப்பம் சமீபத்திலேயே ஏற்பட்டது.

சத்தியாகிரஹப் போராட்டம் வலுத்துவிட்டது. நாச்சியாபுரத்திலிருந்த ஆஸ்ரமத்தைக் கோட்டையூருக்கு மாற்றி, ஜீவா காங்கிரஸ் வேலைகளில் தீவிரமாக ஈடுபட்டார். கள்ளுக்கடை மறியலுக்குத் தலைமை வகித்து வெற்றிகரமாக நடத்தினார்.

1932-ல் காரைக்குடியில் போராட்டக் கமிட்டி நிறுவப்பட்டது. அதன் தலைவராகத் தேர்ந்தெடுக்கப்பட்டார். போராட்டம்

வலுக்கவே, கைது செய்யப்பட்டார். ஒரு வருடம் கடுங்காவல் தண்டனையை அளித்தது அதிகார வர்க்கம்.

சிறை கலாசாலையாகவும், சிந்தனை மண்டபமாகவும் மாறிவிட்டது! வங்காளப் புரட்சிக்காரர்களான ஜீவன்லால் கோஷ், சட்டர்ஜி முதலியவர்களையும், லாஹூர் சதிவழக்குக் கைதிகளான புத்தகேஸ்வர்தத், குந்தர்லால் முதலியவர்களையும் சந்தித்தார். சோஷியலிஸம், கம்யூனிஸம், சோவியத் யூனியன் முதலியவற்றைப் பற்றி அவர்களிடம் விவாதித்தார். இவற்றைப் பற்றி அவர்கள் கொடுத்த புத்தகங்களையெல்லாம் ஆழ்ந்த கவனத்துடன் வாசித்தார். தன் அனுபவங்களையெல்லாம் நினைவுபடுத்திக்கொண்டார். ஏற்கெனவேயே அவர் மனதில் வளர்ந்து வந்த கம்யூனிஸ்டுக் கருத்துகள் சரியான உருவத்தை எடுத்துவிட்டன! உலகிலுள்ள துன்பங்களெல்லாம் ஒழிய வேண்டுமானால், சமூகக் கொடுமைகளெல்லாம் மடிய வேண்டுமானால், கல்வி, கலை, விஞ்ஞானம் முதலியவை தடங்கலின்றி வளர வேண்டுமானால், மனிதன் மனிதனாக வாழ வேண்டுமானால் — சமூகச் சீர்திருத்தம் மட்டும் போதாது! சமூகப் பொருளாதார அமைப்பையே மாற்ற வேண்டும்! சமதர்ம அஸ்திவாரத்தில் அதைக் கட்ட வேண்டும்.

1933-ம் வருடம், சுயமரியாதை இயக்கத்தையே மாற்றி அமைத்தது. கம்யூனிஸ்டுக் கருத்துகளைப் பரப்புவதில் தீவிரமாக ஈடுபட்டிருந்த தோழர் சிங்காரவேலு செட்டியார் அப்பொழுது சுயமரியாதை இயக்கத்திலும் ஈடுபட்டார். ஈ. வே. ராமசாமி நாயக்கரும், எஸ். ராமனாதனும் சோவியத் யூனியனை நேரில் பார்த்துத் திரும்பினர். சோஷியலிஸ்டு கருத்துகளுடன் ஜீவாவும் சிறையிலிருந்து வெளி வந்தார். சுயமரியாதைக் கூட்டங்களிலெல்லாம் சோஷலிஸமும் கம்யூனிஸமும் பேசப்பட்டது!

'குடியரசு', 'பகுத்தறிவு', 'புரட்சி' முதலிய பத்திரிகைகளில் ஜீவாவின் கட்டுரைகள் தொடர்ச்சியாகப் பிரசுரிக்கப்பட்டன. பழைய ஸ்லோகங்களுடன் புதிய ஸ்லோகங்கள் சேர்ந்தன. ஜமீன்தாரி முறை ஒழிக! லேவாதேவி ஒழிக! சுரண்டல் ஒழிக!

புரட்சி ஓங்குக! உலகத் தொழிலாளர்களே ஒன்றுசேருங்கள்! தொழிலாளர் கோட்டை சோவியத் யூனியன் நீடூழி வாழ்க!

ஜமீன்தார் அல்லாதார் மகாநாடுகளும், லேவாதேவிக்காரர் அல்லாதார் மகாநாடுகளும் கூட்டப்பட்டன. சுரண்டும் கும்பல் கலங்கிற்று!

இந்த அரசியல் பணியோடு, தமிழ் மொழிக்கும், கலைக்கும் தொண்டு செய்தார். **1934**-ல் "தமிழன்பர்கள் மகாநாட்டில்" கலந்துகொண்டார். "மதத்தையும், மூடப் பழக்கங்களையும் புகுத்தாமல் தமிழ் இலக்கியத்தை வளர்க்க வேண்டும்" என்று அவர் பேசியதை அங்கு கூடியிருந்த தமிழன்பர்கள் அவ்வளவு பேரும் பாராட்டினார்கள். அதே வருடத்தில் நடந்த "தமிழ் நடிகர்கள் மாநாட்"டிலும் ஜீவா கலந்துகொண்டு சொற்பொழிவாற்றினார். மக்களுடைய முன்னேற்றத்திற்கு உதவி செய்யக்கூடிய வழியில் நாடகக் கலையை எப்படி வளர்ப்பது என்று நீண்டநேரம் பேசினார்.

IX

சமூகச் சீர்திருத்தத்திலிருந்து புரட்சிக்கு

1934-ம் வருடத்தில் மத்திய சட்டசபைகளுக்குத் தேர்தல் வந்தது. தேர்தல் ஒரு பரீக்ஷை என்பது நமக்குத் தெரியும். யார் எவருடன் சேருகிறார் என்ன செய்ய விரும்புகிறார் என்பதைப் புரிந்துகொள்ளலாம். சுயமரியாதை இயக்கத்திற்கும் இப் பரீக்ஷை வைக்கப்பட்டது. அடுத்தபடியாக சமூகப் புரட்சிக்கட்டத்தை நோக்கி முன்னேறுவதா அல்லது சீர்திருத்தத்தோடு நின்றுவிடுவதா என்பதே கேள்வி.

சமூகப் புரட்சிப் பாதையை நோக்கி அதை ஜீவானந்தம் இழுத்தார். இதற்கு ஈ. வெ. ரா. தயாராக இல்லாததோடு, பின்னுக்குப் பிடித்து இழுக்கவும் முற்பட்டார்! அதிகாரவர்க்கத்தின் மிரட்டலைக் கண்டு பயந்ததோடு, அந்த அதிகாரவர்க்கத்தின்

நண்பர்களாக இருந்த சர். ஷண்முகம் செட்டி போன்றவர்களுடன் கூட்டுறவு ஏற்படுத்திக்கொள்ளவும் தொடங்கினார்.

ஜீவாவின் சோஷியலிஸ்ட் பிரசார வேகம் முன்னைவிட பன்மடங்கு அதிகமாயிற்று. 'சமதர்மம்' என்ற பத்திரிகையைத் தொடங்கி, ஜோலார்பேட்டையிலிருந்து பிரசுரித்தார். படித்தோர் உள்ளத்தைக் கவரும் கட்டுரைகள் வெளிவந்தன. இந்தியாவெங்கும் பிரசித்திபெற்ற புரட்சிவீரன் பகத்சிங் எழுதிய, "நான் ஏன் நாஸ்திகன் ?" என்ற புத்தகத்தைத் தமிழில் வெளியிட்டார். அதிகாரவர்க்கம் சீறி எழுந்தது. அப்புத்தகத்தைத் தடுத்துப் பறிமுதல் செய்தது. ஜீவாவைச் சிறையில் தள்ளிற்று.

1935-ல் திருத்துறைப் பூண்டியில் நடந்த சுயமரியாதை மகாநாடு இரண்டு சக்திகளையும் வெவ்வேறாகப் பிரித்துவிட்டது. ஜமீன்தார்கள், சர்க்கார் தாஸர்கள், பிற்போக்கிலே ஊறிய நிலச்சுவான்தார்களைக்கொண்ட ஜஸ்டிஸ் கட்சியை பகிரங்கமாக ஈ. வெ. ரா. ஆதரித்தார். அதை ஜீவா எதிர்த்தார். "ஈ. வெ. ரா. சுயமரியாதைக்காரர் அல்ல. சமதர்மமான சோஷியலிஸத்திற்காகப் போராடுபவர் அல்ல; ஜமீன்தார்களின் எதிரி அல்ல; லேவாதேவிக்காரர்களின் விரோதி அல்ல! அவருடைய சொல்லும் செயலும் சுயமரியாதை இயக்கத்திற்கு பலம் தராது. ஆனால் வரவர பலஹீனப்படுத்தி வருகிறது. கடவுளானாலும் காந்தியானாலும் சொல்வது பகுத்தறிவுக்குப் பொருந்தாவிட்டால் தள்ளிவிட வேண்டுமென்கிறோம். அப்படியானால் ஈ. வெ. ரா. செல்வது பகுத்தறிவுக்குப் பொருந்தாவிட்டால் வாலிபர்களாகிய நாம் என்ன செய்ய வேண்டும்" என்று ஜீவா மகாநாட்டுப் பிரதிநிதிகளை நோக்கி ஆவேசத்தோடு கேட்டார். எத்தகைய பதிலும் கிடைக்கவில்லை.

மேலும், "மூடப்பழக்கங்கள், ஜாதிக்கொடுமைகள், சுரண்டல் முறைகள் முதலியவை ஒழிந்த சுதந்திர தமிழ்நாட்டைக் காண விரும்பும் வாலிபர்களெல்லோரும் ஈ. வெ. ராவின், தலைமையை உதறித் தள்ளிவிட்டு சோஷியலிஸ்ட் புரட்சிப்பாதையில் முழுவேகத்துடன் முன்னேற வேண்டும்" என்று வாலிபர்களை ஜீவா கூவி அழைத்தார். தலைவர்

பக்தியைவிட கொள்கைப் பிடிப்பில் உறுதிகொண்ட வாலிபர்கள் எல்லோரும் ஜீவாவின் பக்கம் சேர்ந்தனர்.

ஈ. வெ. ராவின் போக்கில் அதிருப்தியும், சம தர்மப் பிரசாரத்தில் தீவிர ஈடுபாடுமுடைய எல்லோரையும் சேர்த்து 'சுயமரியாதை சோஷியலிஸ்ட் கட்சி'யை ஜீவா அமைத்தார்.

இந்தச் சந்தர்ப்பத்தில்தான் சென்னையிலிருந்த சிறு கம்யூனிஸ்டு கோஷ்டியுடன் ஜீவாவிற்குத் தொடர்பு ஏற்பட்டது.

X
கம்யூனிஸ்டுக் கட்சி

கம்யூனிஸம் என்ற பெயரைக் கேட்டாலே அதிகாரவர்க்கம் நடுங்கிற்று. அப்போது இக்கட்சி சட்ட விரோதமாக இருந்தது. அகில இந்திய ரீதியில் ஒழுங்காக நிறுவப்படவில்லை.

அமீர் ஹைதர்கான் என்ற பிரபல கம்யூனிஸ்டுத் தலைவர் சென்னைக்கு வந்தார். அச்சுத் தொழிலாளிகளையும், டிராம்வேயிலும், ரயில்வேயிலும், பி. அண்டு. ஸியிலும் வேலைபார்த்தத் தொழிலாளர்களையும்கொண்ட 'எங் மார்க்ஸிஸ்ட் லீக்' என்று ஒரு சங்கத்தை அமைத்துவிட்டுச் சென்றார். இந்தச் சங்கத்தின்மீது உடனே சர்க்கார் தடை உத்தரவைப் பிறப்பித்தது. இதில் ஈடுபட்ட தொழிலாளர்களில் பலர் முதலாளிகளால் பழிவாங்கப்பட்டார்கள்.

உடனே அந்தத் தோழர்களையெல்லாம் திரட்டி ஏ. எஸ். கே. அய்யங்காரும் P.சுந்தரய்யாவும் 'தொழிலாளர் பாதுகாப்புச் சங்கம்' (Labour Protection League) என்ற பெயரில் ஒன்று சேர்த்தார்கள். இச் சங்கத்துடன்தான் ஜீவா தொடர்பேற்படுத்திக் கொண்டார்.

1935-ல் இச் சங்கத்தின் முயற்சியால் அகில இந்திய அச்சுத்தொழிலாளர் மகாநாடு சென்னையில் கூட்டப்பட்டது. இம் மகாநாட்டில் கலந்துகொண்ட ஜீவா பம்பாயிலிருந்து

வந்திருந்த கம்யூனிஸ்டுகளான எஸ். வி. காட்டே, சித்லே முதலியவர்களை முதன்முதலில் சந்தித்தார்.

இந்தப் பழக்கங்களால் கம்யூனிஸ்டு கட்சியைப் பற்றியும் அதனுடைய அன்றைய நடைமுறைகளைப் பற்றியும் சரிவர புரிந்துகொள்ள முடிந்தது. அதன் கொள்கைகள் நாளுக்குநாள் அதிக ஆழமாக அவர் மனதில் பதிந்தன. அப்போது 'அறிவு', 'புது உலகம்' ஆகிய பத்திரிகைகளில் தொடர்ச்சியாக அவர் எழுதிவந்த கட்டுரைகளைப் படித்தால் இது நன்கு தெரியும்.

முற்போக்கு இயக்கத்தின் அம்சங்கள் யாவையும் கம்யூனிஸ்டுக் கட்சி தன்னுடைய அணைத்துக் கொண்டிருப்பதைப் பார்த்தார்.

ஏகாதிபத்யம் ஒழிக!

முதலாளித்வம் ஒழிக!

நிலப்பிரபுத்வம் ஒழிக!

ஜாதிக்கொடுமைகள் ஒழிக!

பெண் அடிமை ஒழிக!

மூடப்பழக்கங்கள் ஒழிக!

புரட்சி ஓங்குக!

சமதர்ம சமுதாயம் ஓங்குக!

பாட்டாளிகள் அரசாங்கம் ஓங்குக!

உலகத் தொழிலாளர்களே
ஒன்று சேருங்கள்!

எந்த லக்ஷியத்திற்காக வீட்டைவிட்டு வெளியேறினாரோ, எந்த லக்ஷியத்திற்காக ஆஸ்ரமத்தை நடத்தினாரோ, எந்த லக்ஷித்தியத்திற்காக சுதந்திரப் போரில் கலந்துகொண்டாரோ, எந்த லக்ஷியத்திற்காக ஏழைமக்களை நேசித்தாரோ, அந்த லக்ஷியங்களுக்காகவே கம்யூனிஸ்டுக் கட்சி போராடுவதை ஜீவானந்தம் தெளிவாகப் பார்த்தார். தன் வாழ்நாளில் எதையெதை எல்லாம் உயர்ந்ததென்றும், நல்லதென்றும் அவர் நினைத்தாரோ, அவையெல்லாம் கம்யூனிஸ்டுக் கட்சியின்

கொள்கையிலும், வேலை முறையிலும், திட்டத்திலும் இருப்பதை அவர் கண்டார். ஆதலின் அக்கட்சியை அவர் உச்சி முதல் உள்ளங்கால் வரையில் மனமார நேசித்தார்.

மற்றக் கட்சிகளைப் போலல்ல கம்யூனிஸ்டுக் கட்சி. சட்டவிரோதமான காலத்தில் அதில் அங்கத்தினராகச் சேருவதென்பது சாமான்ய காரியம் அல்ல. கட்டுப்பாட்டை விட்டு ஒரு அணு அளவேனும் மீறக்கூடாது. கட்சி கொடுக்கும் திட்டம் ஒவ்வொன்றையும் நிறைவேற்ற வேண்டும். எத்தகைய ஆபத்து வந்தபோதிலும் ஜனங்களை விட்டு நகரக்கூடாது. அவர்களிடையே வாழ்ந்து அவர்களுக்கே சேவை செய்யவேண்டும். அவர்களுடைய போராட்டங்களுக்குத் தலைமை தாங்கி நடத்தவேண்டும். இவற்றையெல்லாம் சரிவர செய்துகாட்டித் தன்னுடைய தகுதியை நிரூபித்துக் காட்ட வேண்டும். தகுதியற்றவர்களுக்குக் கட்சியில் இடமில்லை.

ஜீவானந்தம் எல்லா நிபந்தனைகளையும் ஏற்றுக்கொண்டார். தன் தகுதியை நிரூபித்துக்காட்டி, கட்சியின் நம்பிக்கையைப் பெற்றார். அன்று முதல் அவர் ஒரு கம்யூனிஸ்டு. ஆனால் வெளியில் யாருக்கும் தெரியாது. அவரை ஒரு சோஷியலிஸ்டு என்றே நினைத்து வந்தனர்.

XI

தமிழ்நாடு காங்கிரஸ் சோஷியலிஸ்டுக் கட்சி

இந்தக் காலத்தில்தான் அகில இந்திய காங்கிரஸ் சோஷியலிஸ்டுக் கட்சி அமைக்கப்பட்டிருந்தது. கம்யூனிஸ்டுகள் அதனுடன் சேராமலிருந்தார்கள். ஏனெனில், இன்றைய பிரிட்டிஷ் பிரதம மந்திரி ஆட்லி எத்தகைய சோஷலிஸ்டோ அதே போன்ற சோஷலிஸ்டுகள்தான் காங்கிரஸ் சோஷியலிஸ்டுக் கட்சியினர்.

இந்தச் சோஷலிஸ்டுகளின் பரம்பரையைக் கம்யூனிஸ்டுகள் அனுபவத்தில் நன்கு அறிவார்கள். அநேக வேலை நிறுத்தப் போராட்டங்களில் முதலாளிகளுடன் அவர்கள் சேர்ந்துகொண்டதைப் பார்த்திருக்கிறார்கள். தொழிலாளர்களின் தனியொரு அரசாங்கமான சோவியத் யூனியனைத் திட்டி, பாஸிஸ்ட் அரசாங்கமான ஹிட்லரின் ஜெர்மனியை அவர்கள் புகழ்வதைக் கேட்டிருக்கிறார்கள். ஆதலின், 'காங்கிரஸ் சோஷியலிஸ்டுக் கட்சி'யுடன் கம்யூனிஸ்டுகள் சேராமலிருந்தனர்.

எனினும், **1935**-ல் காங்கிரஸிலுள்ள இடதுசாரி கோஷ்டிகளை பலப்படுத்திக் காங்கிரஸைத் தீவிர பாதையில் செல்லச் செய்வது அவசியம் என்று கம்யூனிஸ்டுகள் உணர்ந்தனர். கம்யூனிஸ்ட்கட்சி சட்ட விரோதமானபடியால் சோஷலிஸக் கொள்கைகளைப் பரப்ப முடியாதிருந்தது. அதற்காகக் காங்கிரஸ் சோஷியலிஸ்டுக் கட்சியில் சேர்ந்து வேலை செய்வது என்று முடிவுகட்டினர்.

ஜயப்பிரகாஷ் நாராயணனும், மஸானியும் தமிழ்நாட்டில் இக்கட்சியை அமைக்க பகீரதப் பிரயத்தனம் செய்து பார்த்தனர். ஆதரவு கிடைக்கவில்லை. முயற்சியைக் கைவிட்டனர். இந்தச் சந்தர்ப்பத்தில் கம்யூனிஸ்டுகள் அக் கட்சியில் சேர்ந்தனர். தமிழ் நாட்டிலும் அதன் கிளையை ஸ்தாபித்துப் பலப்படுத்த முன்வந்தனர்.

தமிழ்நாட்டிற்கு ஒரு ஆர்கனைசிங் கமிட்டி நிறுவப்பட்டது. தோழர் ஸ்ரீனிவாசராவ் காரியதரிசியாகத் தேர்ந்தெடுக்கப்பட்டார். தமிழ் நாடெங்கும் இக்கட்சியை அமைக்கும் பொறுப்பு ஜீவாவிடம் ஒப்படைக்கப்பட்டது.

ஜீவா இப்பொறுப்பை வெற்றிகரமாக நிறைவேற்றினார் என்பது சொல்லாமலே விளங்கும். **1936**-ம் திருச்சியில், 'சுயமரியாதை சோஷியலிஸ்டு கட்சி'யின் மகாநாட்டை ஜீவா கூட்டினார். கம்யூனிஸ்டுக் கட்சியின் ஸ்தாபகர்களில் ஒருவரான தோழர் எஸ். ஏ. டாங்கே தலைமை வகித்தார். இக் கட்சியை அப்படியே காங்கிரஸ் சோஷியலிஸ்டுக் கட்சியுடன் இணைத்துவிடுவது என்று பிரதிநிதிகள் முடிவு கட்டினர்.

1936-ல் சென்னை மாகாண தொழிற்சங்க காங்கிரஸ் (M.P.T.U.C.) அமைக்கப்பட்டது. அதன் தலைவராகத் தோழர் ஜீவாவும் காரியதரிசியாகத் தோழர் சுந்தரைய்யாவும் தேர்ந்தெடுக்கப்பட்டனர். அதே வருடத்தில், தமிழ்நாடு காங்கிரஸ் சோஷியலிஸ்டுக் கட்சியின் மகாநாடு சேலத்தில் கூடிற்று. அதன் பொதுக் காரியதரிசியாகத் தோழர் ஜீவா தேர்ந்தெடுக்கப்பட்டார்.

XII

காங்கிரஸில்

தன்னலமற்ற சேவையாலும், கட்டுப்பாட்டிற்கு உட்பட்டு நடப்பதில் தவறாததாலும் தமிழ்நாட்டுக் காங்கிரஸ் ஊழியர்களின் நன்மதிப்பை ஜீவா பெற்றார். ஜீவா நடத்தும் வாழ்க்கையிலாகட்டும், பேசும் பேச்சிலாகட்டும் யாரும் எந்தவிதமான குறையையும் கூற முடியாது. அவர்மீது தாங்கள் வைத்திருந்த நம்பிக்கையைப் பல தடவை காங்கிரஸ் ஊழியர்கள் வெளிப்படுத்தியிருக்கின்றனர்.

1937-ல் தமிழ்நாடு காங்கிரஸ் கமிட்டி வேலூரில் கூடிற்று. அகில இந்திய காங்கிரஸ் கமிட்டி அங்கத்தினராக அதில் அவர் தேர்ந்தெடுக்கப்பட்டார். அதே கூட்டத்தில் ஸ்ரீமான் சத்தியமூர்த்தி ஒரு தீர்மானத்தைப் பிரேரேபித்தார். மந்திரி சபைகளைக் காங்கிரஸ் ஒப்புக்கொள்ளவேண்டும் என்று அ. இ. கா. கமிட்டிக்கு அத்தீர்மானம் சிபார்சு செய்தது. சத்தியமூர்த்தியின் பேச்சுத் திறனை எல்லோரும் அறிவார்கள். அன்று தன் முழுத்திறனையும் அவர் காட்டினார். பெரும்பாலான அங்கத்தினர்கள் அவர் சொன்னதை ஏற்றுக்கொண்டனர். ஆனால் ஜீவா அந்தத் தீர்மானத்தை எதிர்த்துப் பேசினார். ஆரம்பத்தில் **30** பேர்தான் அவரை ஆதரித்தனர். அரைமணிநேரம் பேசிய பிறகு **133** பேர் ஜீவாவை ஆதரித்து ஓட்டுப்போட்டனர்.

1938-ல் தமிழ்நாடு காங்கிரஸ் காரியக் கமிட்டி அங்கத்தினராக ஜீவா தேர்ந்தெடுக்கப்பட்டார். (அடுத்த வருடத்திலும் அவரையே காங்கிரஸ் கமிட்டித் தலைவர் காரியக்கமிட்டிக்குப் பொறுக்கி எடுத்துக்கொண்டார்.) இந்தத் தடவை அவரை எதிர்த்துத் தமிழ்நாடு காங்கிரஸின் மாஜி தலைவரான ஸ்ரீமதி. ருக்மணி லக்ஷிமிபதி போட்டியிட்டார். வலது சாரி கோஷ்டி முழுவதும் அவருக்காக வேலை செய்தது. மாஜி தலைவர் என்ற பெருமை வேறு சாதாரணமாக உபயோகிக்கப்பட்டது. எனினும் அவரை ஊழியர்கள் தேர்ந்தெடுக்கவில்லை. ஜீவாவையே தேர்ந்தெடுத்தனர்.

சட்டசபைத் தேர்தலில் கலந்துகொள்வது என்று காங்கிரஸ் முடிவுகட்டிவிட்டது. மந்திரி சபைகளை ஒப்புக்கொள்வதை ஜீவா ஏற்றுக்கொள்ளாதபோதிலும், காங்கிரஸின் தேர்தல் திட்டத்தை ஜனங்களுக்கு விளக்கிப் பிரசாரம் செய்வதில் தீவிரமாக ஈடுபட்டார்.

தமிழ்நாட்டின் ஒவ்வொரு மூலையிலும் ஜீவாவின் கர்ஜனை எதிரொலி செய்தது. தொழிலாளருக்கும், விவசாயிகளுக்கும் காங்கிரஸ் பிரகடனப்படுத்திய உரிமை சாஸனத்தில் கண்ட ஒவ்வொரு அம்சத்தைப் பற்றியும் மணிக்கணக்கில் ஒவ்வொரு கூட்டத்திலும் பேசினார்.

XIII

தலைவர் ஜீவா

காங்கிரஸ் தலைவர் என்றோ, சோஷியலிஸ்டு தலைவர் என்றோ ஜீவாவை எல்லோரும் சொல்வதில்லை. அந்தப் பதவிகளுக்குப் பாத்தியதை கொண்ட பலர் உண்டு. ஜீவாவைத் 'தொழிலாளர் தலைவர்' என்றே எல்லோரும் சொல்வார்கள். ஏனெனில், தொழிலாளி வர்க்கத்திற்கு ஆதியிலிருந்து பாடுபட்டவர் ஜீவா. உழைப்பின் பெருமையை உணர்ந்தவர்;

பசியின் கொடுமையைப் பார்த்தவர்; தொழிலாளர்களும் அவரைத் தங்களில் ஒருவராகவே கருதுகிறார்கள்.

வர்க்க உணர்ச்சியை மறந்து, முதலாளிகளைக் கண்டு நடுங்கி, எப்படிப் போராடுவது என்று புரியாமல் விழித்துக் கொண்டிருந்த, தமிழ்நாட்டுத் தொழிலாளி வர்க்கத்திற்கு உணர்ச்சியூட்டி ஸ்தாபனம் அமைத்துக் கொடுத்து, போராடும் வழியைச் சொல்லிக் கொடுத்த தலைவர்களில் ஒருவர் ஜீவா.

ஜீவா என்றால் முதலாளிகளுக்குச் சிம்ம சொப்பனம்; அதிகாரவர்க்கத்திற்கு பூதம்; தொழிலாளரை ஏமாற்றும் சுயநல கங்காணிகளுக்கு வயிற்றுக் கடுப்பு! எத்தனை சங்கங்களை அவர் ஸ்தாபித்திருக்கிறார்! எத்தனை போராட்டங்களை நடத்தியிருக்கிறார்! எத்தனை தில்லுமுல்லு திருகுதாளங்களை அம்பலப்படுத்தியிருக்கிறார்!

சொல்லுவது ஒன்று, செய்வது வேறொன்று என்பது அவருடைய அகராதியிலேயே கிடையாது. வேலை நிறுத்தம் செய்யச் சொல்லிவிட்டு, ஓடிப்போய் பதுங்கிக்கொள்வதோ முதலாளிகளுக்குத் தொழிலாளர்களைக் காட்டிக் கொடுப்பதோ அவர் சரித்திரத்திலேயே இல்லை. தொழிலாளிவர்க்கம் செயலில் இறங்கிவிட்டால், கடைசி வரை அதன் கூடவே இருப்பார்; உணர்ச்சி குன்றியவர்களுக்கு உணர்ச்சியூட்டுவார். போலிஸ் அடக்குமுறையைக் கண்டு பயப்படுகிறவர்களுக்கு தைரியத்தை ஊட்டுவார்; ரௌடிகளின் அட்டகாசத்தை எதிர்த்துப் போர் தொடுப்பார். கருங்காலிகளை நடுங்க வைப்பார். தடியடிகளைத் தாங்க வேண்டுமா? சிறைக்குச் செல்ல வேண்டுமா? எதற்கும் தயங்கமாட்டார்.

வர்க்க உணர்ச்சி இழந்து, மற்றவர்களின் தூண்டுதலால் தொழிலாளர்களில் சிலர் அவரை வெறுப்பார்கள். கூட்டத்தில் கூச்சல் போடுவார்கள்; கல்லெறிந்து கலாட்டா செய்வார்கள். ஆனால் அவர் அவர்களை விரோதிகளெனக் கருதமாட்டார். புத்தி தடுமாற்றங்கொண்ட சகோதரத் தொழிலாளர்களாகவே பாவிப்பார். அவர்களுடைய புத்தியைச் சரிசெய்யப் பொறுமையுடன் முயற்சியெடுத்துக்கொள்வார். இதனாலேயே,

அன்று முதலாளியின் கங்காணியான வரதராஜலு நாயுடுவின் தூண்டுதலால் மதுரையில் ஜீவாவை எதிர்க்கத் துணிந்த கோஷ்டிகள் இன்று அவரை வரவேற்க மாலைகளுடன் நிற்கும் கம்யூனிஸ்டுகளாக இருக்கிறார்கள். தொழிலாளி வர்க்கத்தின் மனதை அறிந்தவர் ஜீவா!

'சங்கம்' என்று வெறும் பெயரைக் கூறிக்கொண்டு கோவைத் தொழிலாளர்களின் உணர்ச்சியைக் குன்றச் செய்துவந்தார் பாசுதேவ். **1937**-ல் 'மில் தொழிலாளர் சங்க'த்தைத் தோழர் ஜீவா ஸ்தாபித்தார். தொழிலாளர்களுக்கு பலம்பொருந்திய ஸ்தாபனத்தின் அவசியத்தை உணர்த்தினார்.

1937-ல் மாபெரும் வேலை நிறுத்தம் நடந்தது. முப்பது ஆயிரம் தொழிலாளர்களுக்கு மேல் வேலைக்குச் செல்லவில்லை. மிகப்பெரிய போராட்டம். ஜீவாவின் தலைமையில் தொழிலாளர்கள் ஜெயித்தார்கள்!

தென் இந்திய ரயில்வே தொழிலாளர் சங்கம், இன்று இந்திய ரயில்வே தொழிலாளர் அவ்வளவு பேருக்கும் உணர்ச்சியூட்டும் ஆதர்சமாக மிளிர்கிறது. முப்பதாயிரம் பேருக்குமேல் அங்கத்தினர்கள்! ரயில்வே போர்டு கண்டு நடுங்கும் மாபெரும் சக்தி! அன்று செத்துப்போய்க் கிடந்தது. **1928**-ம் வருடத்திய வேலை நிறுத்தத்திற்குப் பிறகு செத்துவிட்டது. அதை உயிர்ப்பித்து ஜீவனளித்தார் ஜீவானந்தம். **1937**-ல் திரும்பவும் அச்சங்கத்தை ஸ்தாபித்தார். முஸாபர் அஹமத் தலைமை வகிக்க, ஏ. எஸ். கே. ஐயங்கார் திறந்துவைக்க அதன் முதல் மகாநாடு கூடிற்று.

சென்னையில் 'கள்ளிறக்கும் தொழிலாளர்கள்' வேலை நிறுத்தம் செய்தனர். பி. ராமமூர்த்தி, கே. முருகேசன், சி.பி. இளங்கோ, ஜீவா முதலியவர்கள் அதை நடத்தினர். கள்ளுக்கடை முதலாளிகள் ஏவிவிட்ட ரௌடிகளைச் சமாளித்தனர்.

சென்னை மோட்டார் தொழிலாளர் சங்கத்தின் காரியதரிசியாகத் தோழர் ஏ.எஸ்.கே. அய்யங்கார் இருந்தபோது, ஜீவா அதன் தலைவராக இருந்தார்.

நெல்லிக்குப்பம் சர்க்கரை ஆலைத் தொழிலாளர் சங்க வளர்ச்சியில் பெரும் பங்கு எடுத்துக்கொண்டார். பெயர்பெற்ற பசுமலை வேலை நிறுத்தத்தை ஜீவாவே நடத்தி வெற்றிபெற்றார். வேலை நிறுத்தம் ஆரம்பித்ததும் ஸ்ரீமான் முத்துராமலிங்கதேவர், தோழர் வி. ராமனாதன் முதலிய சங்கத்தின் தலைவர்கள் முதற்கொண்டு சுமார் 100 சங்கத்தின் அங்கத்தினர்களும் ஊழியர்களும் சிறைக்கு அனுப்பப்பட்டனர். சென்னையிலிருந்து தோழர் ஜீவா ஓடோடியும் சென்றார். மதுரை நகரம் மட்டுமல்ல; தமிழ்நாடே பிரமிக்கத் தக்க விதத்தில் வேலை நிறுத்தத்தை நடத்தினார். காங்கிரஸ் மந்திரி சபையும், ஸ்தல காங்கிரஸ் தலைவர்களும், எஸ்.ஆர். வரதராஜுலு நாயுடு போன்ற தொழிலாளி வர்க்கத்தின் துரோகியும், பணத் திமிர்கொண்ட முதலாளியும் கைவரிசை முழுவதும் காட்டிக் கடுமையாக எதிர்த்தும் வேலை நிறுத்தத்தில் வெற்றிபெற்றார் ஜீவா. சாதாரண வெற்றியல்ல; நூற்றுக்கு நூறு பங்கு வெற்றி!

இந்த வேலை நிறுத்தத்தின்போது ஜீவா சிறையிலும் தள்ளப்பட்டார். அவர் மீது நடந்த வழக்கு மதுரைத் தொழிலாளி வர்க்கத்திற்குப் புத்துயிரளித்தது எனலாம்.

சென்னை பிரஸ் தொழிலாளர் போராட்டம் மிகப் பெரியது. தோழர்கள் எஸ்.வி. காட்டே, ஏ. எஸ். கே. ஐயங்கார், ஜீவா, ஸ்ரீனிவாச ராவ் முதலிய எல்லாத் தோழர்களும் அதில் பங்கெடுத்துக்கொண்டார்கள். குட்பாஸ்டர் பிரஸ், டயோசிசன் பிரஸ், ஹோ அண் கோ, எம்.பி.எச்., தினமணி பிரஸ் முதலிய பல பிரஸ்களில் வேலை நிறுத்தம் நடந்தது. ஒரு பிரஸ் விட்டால் இன்னொரு பிரஸில் ஸ்ட்ரைக்! குட்பாஸ்டர் பிரஸ் வேலை நிறுத்தத்தில் 6 பேர் சிறைக்கனுப்பப்பட்டனர். ஹோ அண் கோ ஸ்ட்ரைக்கில் 37 பேர்! டயோசீசன் பிரஸ் ஸ்ட்ரைக்கில் 45 பேர் ஜெயிலுக்குப் போனார்கள்! எம். பி. எச். ஸ்ட்ரைக்கில் 52 பேர். 'தினமணி' ஸ்ட்ரைக்கில் 84 பேர்! இந்த வேலை நிறுத்தங்கள் சென்னையையே கலக்கிவிட்டன. எங்குப் பார்த்தாலும் தொழிலாளர்களின் ஊர்வலங்கள்! ஆர்ப்பாட்டங்கள்! பொதுக்கூட்டங்கள்! "புரட்சி ஓங்குக! உலகத் தொழிலாளர்களே, ஒன்று சேருங்கள்" என்ற கோஷங்கள்!

1939-ல் ஒரு விசேஷமான நிகழ்ச்சி நடந்தது. இவ்விதம் தொழிலாளர் போராட்டங்களை நடத்திய காரணத்திற்காக அகில இந்திய காங்கிரஸ் கமிட்டி அவர்மீது ஒழுங்கு நடவடிக்கை எடுத்தது!

பீஹாரில் விவசாயிகள் ரொம்ப அவதிப்பட்டனர். அவர்களைக் கிஸான் சபைகளில் கம்யூனிஸ்டுகளும், காங்கிரஸ் ஊழியர்களும் ஒன்று திரட்டினார்கள். பெரிய ஜமீன்தார்களையும், நிலச்சுவான்தார்களையும் எதிர்த்துப் போராடினார்கள்.

இந்த ஜாமீன்தார்களும் நிலச்சுவான்தார்களும் காங்கிரஸ்காரர்கள். காங்கிரஸ் தலைவர்களாகவும் பலர் இருக்கின்றனர். கிஸான் கிளர்ச்சியை அடக்க வழி தேடினர். பாபு ராஜேந்திர பிரஸாத் மூலம் காங்கிரஸ் காரியக்கமிட்டியின் உதவியை நாடினர். கிஸான்களின் கோரிக்கைகளை அந்த நிலச்சுவான்தார்கள் அங்கீகரிக்க வேண்டும் என்றனர் ஊழியர்கள்.

காங்கிரஸ் காரியக்கமிட்டி நிலச்சுவான் காங்கிரஸ்காரர்களுடன் சேர்ந்துகொண்டது! அ. இ. கா. வர்க்கப் போராட்டத்தைத் தூண்டக்கூடிய கிஸான், தொழிலாளர் கிளர்ச்சிகளில் காங்கிரஸ்காரர்கள் பங்கெடுத்துக்கொள்ளக்கூடாது என்று ஒரு தீர்மானத்தை நிறைவேற்றிற்று. இந்தத் தீர்மானத்திற்கிணங்க அவர்மீது ஒழுங்கு நடவடிக்கை எடுத்துக்கொள்ளப்பட்டது.

XIV
யுத்தம்

1939-ல் யுத்தம் ஆரம்பித்தது. தொழிலாளர் தலைவர்களை அதிகாரவர்க்கம் வேட்டையாடிற்று. யுத்தத்தை எதிர்த்துப் பேசியதற்காக அக்டோபர் 28-ம் தேதி ஜீவா கைது செய்யப்பட்டார். 2½ மாதங்களைச் சிறையில் கழித்துவிட்டு வெளியே வந்தார்.

தமிழ்நாடு முழுவதும் சுற்றுப் பிரயாணம் செய்தார். மங்களூருக்கு அதிகாரவர்க்கத்தால் விரட்டப்பட்ட எஸ். வி. காட்டேயை அங்கு சந்தித்தார். அதிகாரவர்க்கம் மோப்பம் பிடித்தது.

1940 ஜனவரி 11-ம் தேதியன்று, சென்னை மாகாணத்தை விட்டு வெளியேற வேண்டும் என்று அதிகாரவர்க்கம் உத்தரவு போட்டது. 16-ம் தேதி இரவு சென்னையை விட்டுப் புறப்பட்டுக் காரைக்காலுக்குச் சென்றார். அந்த ததிகாரவர்க்கத்திற்குக் கிலி பிடித்துவிட்டது. அங்கிருந்தும் ஓட வேண்டுமென்று விரட்டிற்று. பிரஞ்சிந்தியாவினுள் நுழையக்கூடாதென்று உத்தரவு பிறந்தது. அங்கிருந்து புறப்பட்டு பம்பாய்க்குச் சென்றார்.

ஆறுமாதங்கூட அங்கு வசிக்கவில்லை. திரும்பவும் போலிஸ் வந்துவிட்டது! வீட்டைச் சோதனை போட்டது; ஆக்ஷேபகரமானது ஒன்றும் கிடைக்கவில்லை. எனினும், கைது செய்தது! பம்பாய் பைகுல்லா ஜெயிலில் பத்து நாட்கள் வைத்திருந்துவிட்டு, வேலூர் சிறைக்குக் கொண்டுவந்தது.

1940 மார்ச் மாதத்தில் தேசமெங்கும் கம்யூனிஸ்டுகள் கைது செய்யப்பட்டனர். தன்னுடைய நெருங்கிய தோழர்களில் அநேகமாக எல்லோரையும் வேலூர் ஜெயிலில் ஜீவா சந்தித்தார்!

1942-ல் விடுதலையானார். சிறைக்கதவு வரையிலும்தான்! கதவைத் தாண்டியவுடன் திரும்பவும் போலிஸ் பந்தோபஸ்துடன் ரயிலில் ஏற்றப்பட்டுத் திருவாங்கூர் சமஸ்தானத்திற்கு அழைத்துச் செல்லப்பட்டார்.

பத்து நாட்கள்வரை ஏதோ கொஞ்சம் சுதந்திரம் கிடைத்தது திருவிதாங்கூரில். பதினோராம் நாள் இன்னொரு உத்தரவு. பூதப்பாண்டியை விட்டு வெளியேறக்கூடாது என்ற உத்தரவு! தேசத்திற்காக வீட்டைவிட்டுக் கிளம்பிய ஜீவாவை, இவ்விதம் அதேவீட்டில் கொண்டுபோய்ச் சேர்த்து, வெளியே கிளம்பாதவாறும் தடுத்தது அதிகாரவர்க்கம். இதோடு வாய்ப்பூட்டுச் சட்டம் வேறு.

காந்திஜெயந்தி வந்தது. எந்த காந்திஜியின் போதத்தால் உணர்ச்சிபெற்று ஊரைவிட்டுப் போனாரோ, அந்தக் காந்திஜியை ஜீவா இப்பொழுது ரொம்ப நன்றாக உணர்ந்து கொண்டிருந்தார். இப்போது சிறுவனின் உள்ளமில்லை; அனுபவம் முதிர்ந்த தலைவரின் உள்ளம்; அந்த ஜெயந்தியில் கலந்துகொண்டு, தான் அறிந்த காந்திஜியைப் பற்றிப் பிரசங்கம் செய்தார். இதனால் அவர்மீது வழக்குத் தொடரப்பட்டது. ஒருவருட கடினகாவல் தண்டனையையும், 500 ரூபாய் அபராதத்தையும் பெற்றார். மேல் கோர்ட்டில் மனுச் செய்து கொண்டார். பேசியதில் ஆக்ஷேபகரமானது ஒன்றுமில்லை என்று இத்தண்டனையை அந்தக் கோர்ட்டு ரத்து செய்துவிட்டது. திருவிதாங்கூரில் லாக்-அப்களிலும் திருவனந்தபுரம் ஜெயிலிலும் 6 மாதம் கழித்தார்.

கடைசியாக 1944-ல், கிராமத்தை விட்டு வெளியே போகக்கூடாது என்ற உத்தரவு ரத்தானது. ஆனால் சென்னை மாகாணத்திற்குள் நுழையக்கூடாது என்ற சென்னை சர்க்காரின் உத்தரவு ரத்தாகவில்லை.

இப்பொழுது திருவாங்கூர் மக்களுக்குச் சேவை செய்ய அவருக்குச் சந்தர்ப்பம் ஏற்பட்டது. ரொம்பக் குறைந்த காலத்தில் நாஞ்சில் நாட்டில் பல வாலிபர் சங்கங்களையும், தொழிற் சங்கங்களையும், கிஸான் சபைகளையும் அமைத்தார். ஊர் ஊராய்ச் சென்று பிரசங்கங்கள் புரிந்து சமஸ்தான மக்களைத் தட்டி எழுப்பினார்.

தமிழ் நாட்டிற்கு வரக்கூடாது என்ற உத்தரவை ரத்து செய்யவேண்டும் என்று தமிழ் நாட்டில் கிளர்ச்சி நடந்தது. தொழிற் சங்கங்களும், கிஸான் சபைகளும் தீர்மானங்களை நிறைவேற்றிச் சர்க்காருக்கு அனுப்பிய வண்ணமிருந்தன. இதன் பயனால் கடைசியாக 1945 அக்டோபர் மாதம் 5-ம் தேதியன்று இத் தடையுத்தரவு ரத்தானது.

தமிழ்நாட்டுத் தொழிலாளரிடையே ஜீவா திரும்ப வந்தார். சென்னையில் அதுவரை தூங்கிக்கொண்டிருந்த தொழிலாளர்கள்

அவரை வரவேற்க ஓடிவந்தார்கள். பெரிய கூட்டம் நடந்தது. மதுரை, திருச்சி, கோவை முதலிய ஒவ்வொரு ஊரிலும் ஆயிரக்கணக்கில் பத்தாயிரக்கணக்கில் தொழிலாளர்களும் பொதுமக்களும் அவரை வரவேற்றனர். மாலைகளைச் சுமக்க முடியாமல் அவர் கழுத்துத் திண்டாடிற்று! நியாக உணர்ச்சியை இழந்துவரும் நம் 'தேசிய' பத்திரிகைகள் அந்தச் செய்திகளையெல்லாம் மறைத்துவிட்டன!

தமிழ் நாட்டில் ஜீவா செல்லுமிடங்களிலெல்லாம் ஜீவாவின் ஜீவன் நிறைந்த புதிய தமிழ் நாட்டைப் பற்றிக் கேட்க வாலிபர்களும் மாணவர்களும் பலாப்பழத்தை ஈக்கள் மொய்ப்பது மாதிரி மொய்த்துவிடுகிறார்கள். கிராமாந்தரங் களிலிருந்து விவசாயிகள் நூற்றுக்கணக்கில் கட்டுச்சாத மூட்டைகளுடன் 10 மைல் 15 மைல் கால்நடையாக நடந்து வந்து ஜீவாவின் பிரசங்கத்தைக் கேட்பதும், நகரங்களில் ஆலைகளிலிருந்து ஆயிரக்கணக்கான தொழிலாளிகள் ஊர்வலமாக வந்து ஜீவாவின் பேச்சில் சொக்கி உணர்ச்சிபெற்றுச் செல்வதும் காண வேண்டிய காட்சிகள்.

XV
கவிஞர் ஜீவா

பள்ளிக்கூடத்தில் ஏழாம் வகுப்பில் படிக்கும்போதே ஜீவா கவிகளைப் புனைய ஆரம்பித்துவிட்டார் என்று முன்பே கூறினேன். ஆம் ஜீவா பிரசங்கி மட்டுமல்ல; தலைவர் மட்டுமல்ல; உயர்ந்த தமிழ் எழுத்தாளர் மட்டுமல்ல; அவர் ஒரு கவிஞருமாவார்.

கவிஞர் என்றால் காடுகளையும் மலைகளையும் பற்றிப் பாடுகிறவர் அல்ல. கடல்களில் அடிக்கும் அலைகளைக் கண்டுகளிப்பவர் அல்ல. செல்வச் சீமான்களை இந்திரன் என்றும், சந்திரன் என்றும் வர்ணிப்பவரல்ல.

சுருக்கமாகக்கூறின், காசுக்கோர் பாட்டுப்பாடும் சீட்டுக்கவி அல்ல.

அவர் புரட்சிக்கவி. காடுகளைத் திருத்தி நகரங்களை நிர்மாணிக்கும் மனிதனைப் பற்றிப் பாடுவார். மலைகளைக் குடைந்து ரயில் பாதைகளைப் போடும் தொழிலாளியைப் பற்றிப் பாடுவார். அலைகளை அடக்கிக் கப்பல்களை ஓட்டும் மாலுமிகளைப் பற்றிப் பாடுவார். செல்வச் சீமான்களின் காலடியில் கிடந்து அல்லலுறும் மனிதப் பிராணிகளைப் பற்றிப் பாடுவார்.

அவருடைய பாட்டு ஒரு மின்சார சக்தி. உழைப்பாளிகளுக்கு உணர்ச்சியூட்டுகிறது. அவர்கள் உள்ளத்தில் சுதந்திர ஜ்வாலையைத் தூண்டிவிட்டுப் பிரகாசிக்கச் செய்கிறது.

மின்னல் பொறிகளாக மாறுகிறது. சோம்பேறிக் கூட்டத்தைத் தாக்குகிறது. உழைப்பாளிகளின் உழைப்பைச் சுரண்டி உல்லாசமாக உலக போகங்களை அனுபவித்து வாழும் பிரமுகர்களின் ஹிருதயத்தை உக்கிரமாகத் தாக்கி உடைக்கிறது.

உழைப்பாளிகளின் உள்ளத்தில் அது தூண்டிவிடும் ஜ்வாலை வர்ணஜாலங்களைக் காட்டுகிறது. அதன் அடித்தளத்தைப் பார்த்தால் பச்சை நிறம் பளிச்சென்று தெரியும். மேல்தளத்தில் சிகப்பு ஒளி கண்ணைப் பறித்துச் செல்லும். அடித்தளம் நேசம்; மேல்தளம் வெறுப்பு! நேசத்திலிருந்து எழுந்த வெறுப்பு!

நேசி! அன்பு செலுத்து! விரும்பு! ஜனங்களை நேசி; தேசத்தை நேசி; அதன் உன்னத நாகரிகத்தை நேசி; உயர்ந்த கலைகளை நேசி; அறிவு வளர்ச்சியை விரும்பு! சுதந்திரத்தை விரும்பு ஒற்றுமையை விரும்பு" என்று கூறுகிறது. "வெறு! ஒதுக்கித்தள்! வெட்டிச் சாய்! மக்களை மிருகங்களாக நடத்தும் கூட்டத்தை வெறு! உழைப்பைக் கொள்ளைகொண்டு வறுமையில் ஆழ்த்தும் வர்க்கத்தை வெறு! மடமையைப் பரப்பும் கயவர்களை வெறு! உன்னத நாகரிகத்தை நாசமாக்கும்

நயவஞ்சகர்களை வெறு! கலைகளை சுயநலத்திற்குப் பயன்படுத்தும் காதகர்களை வெறு!" என்று வெறுப்புக் கனலை மக்களின் விரோதிகள் மீது வீசுகிறது.

அவர் பாடுகிறார்; – தொழிலாளி கதறுகிறான்:

"நானோர் தொழி லாளி – ஒரு
நாய்க்குறும் சுகமேனும் வாய்க்கும் வழியில்லை
(நா)

ஏனோ புவி வாழ்வு – ஈயும்
எறும்பும் சுதந்திரம் விரும்பி யடைய நான்
தானோ அடிமை நொந்து – கொடும்
சஞ்சலத் தேள்கொட்டித் துஞ்சு கிறேனந்தோ!
(நா)

வறுமை கடிக்கு தையோ – பசி
வாட்டி வதைக்குதே வருத்திச் சிதைக்குதே
பொறுமை யுப தேசம் – பசி
பொறுத்திடச் செய்யாது பெருத்த மதிமோசம்
(நா)

கொள்ளைக் கிரை யானேன் – பழங்
கொள்கையை நம்பிநான் குடிகவிழ்ந்துபோனேன்
பிள்ளை மதி யுடனே – மதப்
பித்தம் தலைக்கேறி மெத்த உடைந்திட்டேன்
(நா)

உழைத்து உடல் தேய்ந்தேன் -- பலன்
உண்ட முதலாளிகள் நிந்தனை யேமிச்சம்
தழைக்கும் வகையறியேன். . . . ."

* * *

இவ்விதம் கதறுகிறான் தொழிலாளி, மேலும் ஜீவா பாடுகிறார்:-

"மாடுகளோ மேய்ந்த இரையை -- மென்று
மனதாரத் தின்னுதடா மாநி லத்திலே
ஆடுகள் கடித்த தழையை -- இங்கு
அசை போட்டுத் தின்னுவதை யறியாருண்டோ?
கேடுகெட்ட பன்றியுங் கூட -- தேடிக்
கிடைத்ததைச் சொந்தமென்று அடைத்து வைக்கும்
பாடுபடும் உனக்கு மட்டும் -- பாட்டின்
பலனில்லை. . . . ."

*   *   *

நெற்றிநீர் நிலத்தில் விழவும் -- நிதம்
நெஞ்சு நோகவும் உடம்பு நெக்குவிடவும்
பற்றிய பசிப்பிணி யோடு -- இங்கு
பஞ்சுபடாப் பாடுபட்டு வஞ்ச மின்றியே
சிற்றெறும்பைப் போலுழைத் தாலும் -- நீ
தேடியதில் பாத்தியதை செப்பக் கூடாதாம்
மற்றவர்க்கே யாவும் சொந்தமாம். . . . ."

இவ்விதம் பாட்டாளி மக்கள் இன்னலுற்று இன்னலுற்று வாழ்வதைக் கண்டு குமுறும் ஜீவாவின் உள்ளத்தில் வெறுப்புத்தீ குபீரென்று பற்றியெரிகிறது.

"கஞ்சியின்றிச் சாவது யாரார்? --- பிச்சைக்
காரராகி யிரந்துண்டு மாள்வது யாரார்?
கெஞ்சியே தவிப்பது யாரார்?-- சற்றும்
கேள்விமுறை யின்றிமோசம் போவது யாரார்
பஞ்சணையில் தூங்குவது யார் -- தினம்
பாலமுதக் கொழுப்புற்று வாழ்வது யார். . . . ."

என்று கணக்கு எடுக்கும்படி கூறுகிறார். விரல் விட்டு எண்ணிப் பாருங்கள்! எத்தனை பேர்? யார் யார்? எப்படிப்பட்டவர்கள்? பார் உலகத்தை!

'சும்மா யிருப்பவர் தமக்கும் -- பல

சூழ்ச்சிகளால் உழைப்போரைச் சுரண்டு வோர்க்கும்

எம்மாதிரி இழி வாயினும் -- பலே!

எத்தராகிப் பிறர்பொருள் கத்து வோருக்கும்

சிம்மாதனம் குரு பீடங்கள் -- இந்த

செகத்தினைச் சொந்த மாக்கும்சேட்டைப் பாரடா

அம்மா டாவோ! ஈதநீதி காண்......"

இவ்விதம் அநியாயம் உலகிலே நடக்கிறது. அதைப் போக்குவதற்கு ஒரே வழிதான் உண்டு. அவர் சொல்கிறார்:-

"புலைமைசெறி ஆதிக்க வகுப்பா ரெல்லாம்

பொது உடைமைப் புரட்சி யினால் நடுங்கி வீழ்வார்

அலக்கழியத் தொழிலா ளரைப் பிணைக்கும்

அடிமையெனும் சங்கிலிகள் அறுந்து போகும்

பலவிதமாய் நலந்தருமோர் புதிய லோகம்

பாட்டாளி மக்களவர் பாங்காய்ச் சேரும்

உலகத்தில் எத்தேசத்தும் வாழ் கின்ற

உழைப்பாளித் தோழர்களே ஒன்று சேர்வீர்"

பாட்டாளிமக்கள் ஒன்று திரள வேண்டும். போராட வேண்டும். யாரை எதிர்த்து? முதலில்.....

"ஏகாதி பத்யம் வந்து புகுந்து

ஏறி மிதித்திட நொந்தோம்...."

ஆதலின்,

.....ஏகாதிபத்யம் இருந்திடும் போதினிலே

நோகாத சமுதாயம் பெறமுடியாததாலே...."

.....ஆங்காரமுடன் போர் செய்வோம்

ஓங்குக புரட்சி; ஏகாதிபத்யம் ஒழிக; நம்கொடி வாழ்க"

ஏகாதிபத்யத்தை வீழ்த்திய பிறகு நீங்கள் என்ன செய்ய வேண்டும்?

"ஒற்றுமை ஊக்கத்தாலே உன்னத நோக்கத்தாலே
உடைந்து தகர்ந்து சிதைந்த வாழ்வை
முடைந்து வலிமை யடைந்து நீங்கள்
பெறவேணும் புதுவாழ்வு
அற்புதம் கலகலக்கும் ஆனந்தம் தழைதழைக்கும்
அருமையான புதிய லோகம்
பெருமையாக உதிக்க நீங்கள் பெறவேணும்....."

அந்தப் புதிய லோகம் எவ்விதம் இருக்கும்? அற்புதம் கலகலக்கும் என்றால் என்ன அர்த்தம்? ஏன் ஆனந்தம் தழைதழைக்கும்?

அப்புதிய லோகத்தில்,

"...............
பெரும் தொழில்செய் எப்பொருளும் பொதுவில்மாறும்
பிறர்கொழுக்கத் தொழிலாளர் வாட மாட்டார்
ஒருவனையேய்த் தொருவனுண்ணும் கொள்கை
                                                    சாகும்
உறுதொழிலில் உற்பத்தியில் குழப்பம் இல்லை
இருநிலத்தில் எண்டிசையும் வளமை துள்ளும்

"...............
வருத்திஅரித் திடுகின்ற வறுமை யில்லை
பெருவாரியின் நடுவில் காணும் இன்மைப்
பேச்சில்லை; தனிஉடமைப் பித்த மில்லை
பொருளா தாரத்தில் சமஉரிமை யோங்கும்
புதுமை விஞ்ஞானச் செழுமை கமகமக்கும்
இருபாலார் சரிநிகராய் வாழ்வர் திண்ணம்
வர்த்தகத்தில் போட்டியில்லை யுத்த மில்லை
அரசியலில் தொழில் நாயகம்தான் மேவும்
அடிமையுடன் மடமைமதம் அற்று வீழும்

மருளகலும்; தேசவெறி நிறபேதம் போம்;

மனிதசமாஜம் மலரும்; புனித வாழ்வாம்;

இருளகல ஞானவொளி எங்கும் வீசும்.

எழுதோழா! எழுதோழா! எழுவாயின்றே!"

இப்புதிய லோகத்தை நிர்மாணிக்க, தோழர்களே! இன்றே எழுங்கள்! பொது மக்களைத் தட்டி எழுப்பு! உணர்ச்சியூட்டு! உற்சாகமூட்டு! ஜனசக்தியைக் கண் சக்தியாக்கு!

"சென்றகாலச் சட்ட திட்டங்கள் – இங்கு

செத்ததென்று கொட்டு ஜெயபேரிகை கொட்டு!

நன்றிகெட்ட மானிடப் பேய்கள் – இங்கு

நடுங்கிமடி யச்செய்யும் கடும்புயல் பார்!

ஒன்றுபட்ட செஞ்சேனை வெள்ளம் – கடல்

ஒலியினும் பேரொலியாய் ஒலிக்குது கேள்!

இன்றுபுதி தாகப் பிறந்தோம் – என்று

எழுந்துபுது உலகில் ஏறு போல்நட"

என்று வாலிபர்களுக்குக் கூறுகிறார்.

ஜனங்களை ஒன்றுதிரட்டிப் போராட்டத்திற்குத் தயார்ப்படுத்துவது சாமான்ய காரியமல்ல. இம் முயற்சியில் ஈடுபடுகிறவர்களுக்கு ஒவ்வொரு திசையிலிருந்தும் எதிர்ப்பு வரும். நாம் எதிர் பார்க்காத இடங்களிலிருந்தெல்லாம் எதிர்ப்பு வரும். இவற்றைக் கண்டு அஞ்சினால், இயக்கம் அதோகதிதான்!

ஆகவே,

"அச்சம் அவநம்பிக்கை – பழிப்

பார்த்த சுயநன்மை யெல்லாம்

துச்சமாய்த் தள்வோமடா – வீரம்

சூழ்துணிவு கொள்வோமடா!

உற்றார் உறவினர்கள் – சொந்த

ஊர்ஜனங்கள் நேசர்களும்

கற்றாரும் தூற்றினாலும் – கொள்கை
கைவிடுவ தெண்ணோமடீ!

ஆருயிரே! பெற்றெடுத்த – தந்தை
அன்னைமனம் கோணினாலும்
சீரிய தோழர்களும் – ஓர்கால்
சீறினும் மனந்தளரோம்!

தூங்கிடோம் பசிபொறுப்போம் – சிறைத்
துன்பமெதையும் சகிப்போம்
ஏங்கா துழைப்போமடீ – பூவில்
இன்பசம தர்மத்திற்கே!

தூக்குமேடை யேறத்தயார் – சுடும்
துப்பாக்கிமுன் நிற்கத்தயார்
நோக்கம் நிறைவேறுவதற்கே – எந்த
நோன்பு கொண்டிடவும் தயார்".

இவ்விதம் பாடுகிறார் ஜீவா. பாடுவதோடு நிற்கவில்லை. அதில் அவர் கூறும் ஒவ்வொரு கருத்தையும் வாழ்க்கையில் அனுஷ்டித்து வருகிறார். புரட்சிக் கவியும் அவர்; புரட்சிக்காரரும் அவரே!

அவர் எண்ணற்ற பாட்டுகளைப் பாடியிருக்கிறார். முக்கியமான சில பாட்டுகளிலிருந்து, சில பகுதிகளை மட்டும் பொறுக்கியெடுத்து மேலே தொகுத்துக் கொடுத்திருக்கிறேன்.

இந்திய மக்களின் சுதந்திர இயக்கத்தின் போக்கையே அவர் பாட்டுகளாகப் பாடியிருக்கிறார். ஆகவே, இந்தியா வாழும்வரை அவருடைய பாட்டுகளும் வாழும். என்றும் அழியாது! தமிழ் இலக்கியத்தில் உயரிய ஸ்தானத்தை அவருடைய பாட்டுகளுக்குச் சுதந்திர தமிழ்நாடு அளிக்கும் என்பதில் சந்தேகமில்லை.

ஜீவாவின் இந்தப் பாட்டுகள் வெறும் கவிதையல்ல. பொழுதுபோக்குக்காகப் படித்து ஆனந்தப்படத்தக்கவை அல்ல. பொதுக்கூட்டங்களிலே பாடி ஜனங்களுக்கு உணச்சியூட்டுவதற்காக எழுதப்பட்டவை. ஆதலின், யாரும் -- கற்றவரும் கல்லாதவரும் -- சுலபமாகப் பாடக்கூடிய வகையில் இவற்றை அமைத்திருக்கிறார். அப்போதுக்கப்போது புதிதாக வெளிவரும் சினிமா படங்களில், புதிய புதிய மெட்டுகளில் பாட்டுகள் பாடப்படுகின்றன. சகல ஜனங்களும் இப்பாட்டுகளை சுலபமாகப் பாடுகிறார்கள். ஆகவே, ஜீவாவும் இந்த மெட்டுகளையும் எடுத்துக் கையாண்டிருக்கிறார். ஜனங்களெல்லோரும் வாய்விட்டு இவற்றைப் பாடுவதுதான் லக்ஷியம்.

காலப்போக்கில் இன்னும் அதிகமாக, சுதந்திர இயக்கத்தை ஒட்டி அவர் புதிய பாடல்களை இயற்றுவார் என்பதில் சந்தேகமில்லை.

XVI

அபேட்சகர் ஜீவா

தொழிலாளி வர்க்கத்திற்கும், தேச சுதந்திரத்திற்கும் தன் வாழ்க்கையையே அர்ப்பணித்திருக்கும் தோழர் ஜீவானந்தத்தை, வருகிற சட்டசபைத் தேர்தலில் தன்னுடைய அபேடகசராக கம்யூனிஸ்டு கட்சி நிறுத்தி வைத்திருக்கிறது. சென்னை பேக்டரி தொழிலாளர் தொகுதியில் அவர் போட்டியிடுவார்.

இந்தக் காலம் பெரிய சோதனைக் காலம். தேசத்திற்கு மிகவும் கஷ்டமான காலம். யுத்தம் நின்றதனால், இதுவரை நம்மைப் பாதித்துவந்த பிரச்சனைகள் கோர ஸ்வரூபத்தை எடுத்திருக்கின்றன.

பொருளாதார வாழ்வு சீரழிந்து வருகிறது. லக்ஷக்கணக்கான பேர் வேலையில்லாமல் திண்டாடப் போகிறார்கள். தொழிலாளர்களின் சம்பளத்தை வெட்டுவதற்கு

முதலாளிகள் பிரயத்தனம் செய்கிறார்கள். கிராமங்களில் விவசாயம் சீரழிகிறது. நிலச்சுவான்தார்களும், வியாபாரிகளும், முதலாளிகளும், லேவாதேவிக்காரர்களும் கள்ள மார்க்கெட்காரர்களாகிவிட்டனர். உணவு தான்யத்தைப் பதுக்கி வைத்துவிடுகின்றனர். லக்ஷக்கணக்கான ஜனங்களுக்கு உண்ண உணவு கிட்டாது.

ஏற்கெனவேயே தமிழ்நாட்டில் பஞ்சம் தலைதூக்க ஆரம்பித்துவிட்டது. உணவு ரேஷனும் குறைக்கப்பட்டுவிட்டது.

இந்தக் கஷ்டக்காலத்தில் தேசம் பிழைக்க வேண்டுமானால், தேர்ந்தெடுக்கப்படும் மந்திரி சபைகள் உடனடியாகக் கீழ்க்கண்ட நடவடிக்கைகளை எடுத்துக்கொண்டு, அனுஷ்டானத்தில் நிறைவேற்ற வேண்டும் என்று கம்யூனிஸ்டுக் கட்சி கூறுகிறது.

1. ஆள் குறைத்தல் கூடாது; எல்லோருக்கும் வேலை கொடுக்க வேண்டும்.
2. சம்பளத்தைக் குறைக்கக்கூடாது. மனிதர்களாய் வாழ்வதற்குத் தேவையான சம்பளத்தைக் கொடுக்க வேண்டும்.
3. ஒரு நாளைக்கு 8 மணி நேரம்தான் வேலை; வாரம் முழுவதற்கும் 44 மணி நேரம் வேலை.
4. தொழிற் சங்கங்களை உடனடியாக அங்கீகரிக்க வேண்டும்.
5. வேலை நிறுத்தம் செய்வதற்குள்ள உரிமையை அங்கீகரிக்க வேண்டும்.
6. சம்பளத்துடன் ஒரு மாத லீவு வேண்டும்.
7. வயோதிகக் காலத்திற்குச் சகாயநிதி வேண்டும்.
8. பெண் தொழிலாளர்களுக்குப் பிரசவ சகாயம் வேண்டும்.
9. எல்லாக் குழந்தைகளுக்கும் இலவசக் கல்வி வேண்டும்.
10. வாலிபர்கள் எல்லோருக்கும் நல்ல தொழிற்பள்ளிக் கூடங்கள் வேண்டும்.

11. எல்லாக் குடும்பங்களுக்கும் சௌகரியமான, மலிவான வீடுகள் வேண்டும்.

12. நோயாளிகள் எல்லோருக்கும் இலவச ஆஸ்பத்திரிகள் வேண்டும்.

மேற்கண்டவற்றை உடனடியாக மந்திரிசபைகள் நிறைவேற்ற வேண்டும். கள்ளமார்க்கெட்காரர்களும் கொள்ளை லாபக்காரர்களும் இவற்றை நிச்சயம் எதிர்ப்பார்கள். அந்த எதிர்ப்பை உடைத்தெறிந்துவிட்டு, நடவடிக்கை எடுக்க வேண்டும் என்று கம்யூனிஸ்டு எம். எல். ஏ.க்கள் சட்டசபைகளில் கிளர்ச்சி செய்வார்கள். மனச்சாக்ஷியை விற்காத மற்ற எம். எல். ஏ.க்களுக்கு உதவுவார்கள்.

செங்கொடியின் கட்சியாகிய கம்யூனிஸ்டுக் கட்சி கீழ்க்கண்ட காரியங்களுக்காகத் தேச மக்களெல்லோரையும் தட்டி எழுப்பும்:-

1. நம் கிராமங்களிலிருந்தும், நகரங்களிலிருந்தும் கொள்ளை லாபக்காரர்களையும், கள்ளச் சேமிப்பாளர்களையும் அகற்றுவது.

2. ஜனங்களின் தேவைகளைப் பூர்த்தி செய்யக்கூடிய வகையில் நம் தேசத்தின் பொருளாதாரத்தை நிர்மாணிப்பது.

3. சுதந்திர சுபிட்ச இந்தியாவில், செல்வம் செழித்து சுபிட்சத்துடன் திகழும் நகரங்களாக நம்முடைய நகரங்களை மாற்றியமைக்கப் போராடுவது.

இந்தப் போராட்டத்தில் மத்தியதர வர்க்கத்தின் ஒத்துழைப்பைப் பெறுவதற்கும், தொழிலாளி வர்க்கத்துடன் அதன் ஒற்றுமையைக் கட்டுவதற்கும் கம்யூனிஸ்டுக் கட்சி பெரும் முயற்சி எடுத்துக்கொள்ளும்.

கம்யூனிஸ்டுக் கட்சியின் முழுத் திட்டத்தையும் வேறு பிரசுரங்களில் நீங்கள் படிக்கலாம். அத்திட்டம் தேச பக்தர்கள் எல்லோருக்கும் பொதுவான திட்டம். சுதந்திர இந்தியாவைச்

சீக்கிரத்தில் காண விரும்புகிறவர்களின் சொந்தத்திட்டம். பிரிட்டிஷ் ஏகாதிபத்யத்தோடு, அதைத் தாங்கி நிற்கும் தூண்களையும் அடித்து வீழ்த்துவதற்கான திட்டம்.

ஏகாதிபத்யம் இந்த நாட்டில் புதிய விதத்தில் தன் ஆதிக்கத்தை நிலை நிறுத்தத் திட்டம் போட்டிருக்கிறது.

அந்தத் திட்டத்திற்கு எதிரான இந்திய சுதந்திரத்திட்டம் கம்யூனிஸ்டுத் திட்டம்.

விரைவில் இந்திய சுதந்திரத்தைக் காண விரும்புகிறீர்களா ?

-- ஜீவாவிற்கு --

கம்யூனிஸ்டுக்கு ஓட்டுப் போடுங்கள் !

சுதந்திரத்தை நேசிக்கும் இந்தியர்களே தங்களுக்குள் சண்டையிட்டுக்கொள்கிறார்கள். அந்தச் சண்டைக்கு எதிராக, சுதந்திரத்தை நேசிக்கும் இந்தியர்கள் எல்லோரும் ஒன்றுபட்டு நிற்பதற்கு வழி செய்கிறது கம்யூனிஸ்டுத்திட்டம்.

இவ்வொற்றுமையை நீங்கள் விரும்புகிறீர்களா ?

கம்யூனிஸ்டுக்கு ஓட்டுப் போடுங்கள்.

ஒருவரையொருவர் புறக்கணித்துவிட்டுத் தனியாகத் தாங்கள் மட்டும் பிரிட்டிஷாரிடம் சமரஸம் பேசி சுதந்திரத்தை அடைந்துவிடலாம் என்று காங்கிரஸ் தலைவர்களும், லீக் தலைவர்களும் நினைக்கிறார்கள். இது வெறும் மாயை. எல்லோருக்கும் ஏகாதிபத்யம் பட்டை நாமம் போடுகிறது.

எல்லோரும் ஒன்று சேர்ந்து நின்று பிரிட்டிஷ் ஏகாதிபத்யத்தை வீழ்த்தி சுதந்திரம் அடைய வேண்டும் என்கிறது கம்யூனிஸ்டுக்கட்சி.

ஏகாதிபத்யத்திற்கு எதிராக எல்லோரும் இதை ஆதரிக்கிறீர்களா ? கம்யூனிஸ்டுக்கு ஓட்டுப்போடுங்கள் !

இறுதியாக பிரிட்டிஷ் ஏகாதிபத்யத்தை எதிர்த்துப் போராட காங்கிரஸ் - லீக் - கம்யூனிஸ்டு ஐக்கியப் போர் அணியை ஏற்படுத்தி, இந்தியாவை விடுதலை செய்ய வேண்டும்.

கம்யூனிஸ்டு அபேட்சகருக்கு ஓட்டுப்போடுங்கள்!

சுதந்திர இந்தியாவில் சுதந்திரக் கிராமங்கள், சுதந்திர நகரங்கள் ஏற்பட வேண்டும் என்றால்,

கம்யூனிஸ்டுக்கு ஓட்டுப் போடுங்கள்.

ஜீவாவின் வெற்றி தொழிலாளர் வெற்றி; மத்தியதர வர்க்கத்தின் வெற்றி – பொதுமக்கள் வெற்றி! முற்போக்கின் வெற்றி!

ஒப்பற்ற தலைவர் தோழர் ஜீவா சில நினைவுகள்

-ஏ. எஸ். கே.

'தோன்றின் புகழோடு தோன்றுக - அஃதிலார்
தோன்றலின் தோன்றாமை நன்று,'

வெள்ளிக்கிழமை 18-1-63 காலை 7-30 மணிக்குப் பேரும் புகழும் பெற்ற செல்வனை இழந்தாள் தமிழ்த்தாய். ஜீவாவின் வாழ்க்கையில் தமிழ் மணம் கமழ்ந்தது. அவருடைய சொல்லிலும், செயலிலும் தமிழன் மரபு தாண்டவமாடியது. அவரின் எளிய வாழ்க்கை, தன்னலமற்ற தியாகம், சலியாது தன் லட்சியத்திற்காகப் பாடுபடுவது அனைத்தும் அவருக்கு அழியாப் புகழைப் பெற்றுத் தந்தது.

சிறந்த எழுத்தாளர், கவிஞர், மேடைப் பிரசங்கங்களில் 35 ஆண்டுகள் முற்போக்கான தீவிர கருத்துகளை, கொள்கைகளை, ஏகாதிபத்திய எதிர்ப்பை முழங்கியுள்ளார்.

கம்பனைப் பற்றிப் பேசினாலும் சரி, பாரதியைப் பற்றிப் பேசினாலும் சரி, வள்ளலாரைப் பற்றிப் பேசினாலும் சரி, ஜீவா பேச்சு சிறந்த பேச்சு என்று பெரியோர்கள் முதல் தோழர்கள் வரை அவரைப் போற்றிப் புகழாதார் இல்லை என்று துணிந்து கூறலாம். ஜீவாவின் தமிழ் தேன் போன்று தித்திக்கும். தமிழ்ப் பசியோடிருந்த மக்கள் பருக தேன் சொட்டச் சொட்ட ஜீவா மணிக் கணக்கில் பேசியுள்ளார். உணர்ச்சியும், உத்வேகமும், ஆவேசமும் வெள்ளம்போல் ஜீவா சொற்பொழிவுகளில் பெருக் கெடுத்து ஓடும். இப்பிரசங்கங்களைக் கேட்டோர், சகல துறைகளிலும் முற்போக்குக் கருத்துகளை, கொள்கைகளை

நடைமுறையில் அமலுக்குக் கொண்டுவர முன்வந்ததைத் தமிழகம் மறக்காது.

நம் நாடு சுதந்திரமடைய வேண்டுமென்ற தாகம்கொண்டிருந்த ஜீவா காங்கிரசில் சேர்ந்தார், முன்னணி வீரராகத் திகழ்ந்தார்.

சாதி, மத, சமூகக் கொடுமைகள் ஒழிந்து மனிதன் மனிதனாகக் திகழ வேண்டுமென்று ஜீவா சுயமரியாதை இயக்கத்தில் சேர்ந்து, முன்னணி வீரராகப் பணியாற்றினார்.

சாதி, மத, சமய மூடப் பழக்கவழக்கங்கள் அடியோடொழிந்து, பகுத்தறிவு நிறைந்த சுரண்டலற்ற உன்னதமான சமுதாயத்தைச் சமைக்க வேண்டும் என்ற தாகம்கொண்ட ஜீவா, 1934-ம் ஆண்டில் இந்தியக் கம்யூனிஸ்ட் கட்சியில் சேர்ந்தார். மனித வர்க்கத்திற்கு விஞ்ஞான சோஷலிசக் கொள்கையே கம்யூனிஸ்ட் கொள்கையே சாலச் சிறந்ததென்று புத்திப்பூர்வமாக நன்கு உணர்ந்து, இந்த உன்னதக் கொள்கை, லட்சியம் வெற்றிபெற ஓய்வு ஒழிவின்றி அரும் பணியாற்றித் தன் வாழ்நாளையே ஜீவா அர்ப்பணம் செய்தார்.

எத்தனை எத்தனையோ ஆண்டுகள் சிறைவாசம்! தலைமறைவு வாழ்க்கை! நாடு கடத்தப்படுதல்!

போலிஸ் குண்டாந்தடிகள் ஜீவா மண்டையை உடைத்துள்ளன.

பல தடவைகள் ஆட்சியாளர் துப்பாக்கி முன் வீர மார்பை ஜீவா காட்டியுள்ளார் !

தொழிலாளர்களின் எண்ணற்ற போராட்டங்களுக்கு ஜீவா தலைமைதாங்கி கொடிய அடக்குமுறைக்கு ஆளாகியுள்ளார்.

பசு மலையில் நடந்த தொழிலாளர் போராட்டத்தில் போலிஸ் குண்டாந்தடிகள் ஜீவா மண்டையை உடைத்தன.

சென்னை மாநகரில் தட்சிணப் பிரதேசத்தை எதிர்த்து நடைபெற்ற ஹர்த்தாலின் போது, ஜீவா மண்டையைப் போலிஸ் குண்டாந்தடிகள் உடைத்தன !

பிரிட்டிஷ் ஏகாதிபத்திய ஆட்சியாளரை எதிர்த்த கப்பற்படையினரையும், ஹர்த்தால் செய்த பம்பாய் மாநகரத் தொழிலாளர்களையும் பிரிட்டிஷ் ஏகாதிபத்திய இராணுவம் சுட்டதில் சுமார் **300** பேர் மரணமடைந்தனர்; ஆயிரம் பேர்களுக்கு மேல் பலத்த காயங்கள்.

இக்கொடிய நிகழ்ச்சியை எதிர்த்து நாடெங்கும் பேரெழுச்சிகள்;

சென்னை மாநகரில் **1946** பிப்ரவரி **26**-ந் தேதி ஹர்த்தால்;

ஜீவா தலைமையில் அன்று காலை நடைபெற்ற பிரிட்டிஷ் ஏகாதிபத்திய - எதிர்ப்பு ஊர்வலம் புளியந்தோப்பு ஜி-**3** போலிஸ் ஸ்டேஷன் முன் போலீசாராலும், இராணுவத்தினராலும் தடுத்து நிறுத்தப்பட்டது;

ஸ்டென் துப்பாக்கி, பிரென் துப்பாக்கியை இராணுவத்தினர் காட்டி சுட்டுவிடுவதாக பயமுறுத்திய காலை, ஜீவா மார்பைப் காட்டினார்.

பிஅன்சி மில்லில் வேலை செய்துகொண்டிருந்த பல்லாயிரக்கணக்கான தொழிலாளர், மில்லை விட்டு வெளியேறி ஜீவா தலைமையில் இருந்த ஊர்வலத்துடன் சேர்ந்தனர். இராணுவம் வாலாட்டவில்லை.

பெரம்பூர் ஏரி மைதானத்தில் ஏ.எஸ்.கே. தலைமையில் ஜீவா, பிரிட்டிஷ் ஏகாதிபத்திய ஆட்சியை வேரோடும் வேரடி மண்ணோடும், ஒழித்துக்கட்ட வேண்டுமென்றும், இந்தியா பரிபூரண சுதந்திரத்தைப் பெறவேண்டுமென்றும் ஆவேசமாக முழங்கிய முழக்கம், பிஅன்சி எம்.எஸ்.எம். ரெயில்வே தொழிலாளர் மற்ற பகுதி தொழிலாளர் திட்டத்திலிருந்தோர் பிரிட்டிஷ் ஏகாதிபத்திய - எதிப்பு உணர்ச்சியை உச்சகட்டத்திற்குச் செல்லுமாறு செய்தது !

கேட்கவா வேண்டும். அன்று மாலை லட்சக்கணக்கானோர் கம்யூனிஸ்ட் கட்சி-சென்னை மாவட்டக்குழு ஏ.ஐ.டி.யு.சி. சங்கங்கள் ஆதரவில், ஜீவா முதலிய தலைவர்கள் தலைமையில்,

சென்னை கடற்கரை சென்றடைந்து நடைபெற்ற கூட்டத்தில் தலைவர்கள் ஜீவா முதலியோர் முழக்கங்கள், அனைவர் மத்தியிலும் பிரிட்டிஷ் ஏகாதிபத்திய எதிர்ப்பு உணர்ச்சியைக் கொழுந்து விட்டெரியும்படிச் செய்தன.

போலீசும், இராணுவமும் 26-2-1946 காலை தலைகாட்டியது, சென்னை மாநகரமே பிரிட்டிஷ் ஏகாதிபத்திய எதிர்ப்பில் போர்க்கோலம் பூண்டதைக் கண்டு வெற்றிகரமாக வாபசாகி இருக்குமிடம் தெரியாமல் தலைமறைவாயின!

அந்த நாளில் நடைபெற்ற எழுச்சிகளின் விவரம் ஜீவாவை ஆசிரியராகக்கொண்டு வெளிவந்த இந்தியக் கம்யூனிஸ்ட் கட்சியின் தமிழ் வாரப் பத்திரிகையான 'ஜனசக்தி'யில் வெளிவந்துள்ளது சிறந்த புரட்சிகர தஸ்தாவேஜாகும்!

மார்க்ஸிஸ-லெனினிச நூற்களை கசடறக் கற்று, கற்றபின் அதன்படி ஜீவா நடந்த பெருமையைப் பார்க்கிறோம்!

நாங்கள் வேலூர் மத்திய சிறையில் இரண்டாம் உலக யுத்தகாலத்தில் இருந்தபோது, டைலக்டிகல் மெட்டிரியலிசம் (தர்க்க இயல் பொருள் முதல் வாதம்) பற்றி ஜீவா அரசியல் வகுப்புகள் எடுத்துள்ளார்.

ஜெர்மானிய, ஐரோப்பிய தத்துவஞானிகளின் தத்துவங்களை மிக எளிய தமிழில் அவர் நடத்திய அரசியல் வகுப்புகளில் விளக்கிக் கூறி, எல்லோர் மனதிலும் பதிய வைத்தார் என்பது மட்டுமின்றி, தமிழ் நாட்டின் தத்துவ ஞானிகளின் தத்துவங்களையும் மிக எளிய முறையில் கூறி விமர்சனம் செய்தது பிரமாதமாக இருந்தது!

தத்துவார்த்தப் புத்தகங்கள் ஆங்கிலத்திலிருந்ததை ஜீவா நன்றாகப் படித்தறிந்து, ஏராளமான மேற்கோளுடன் விவரமாக வகுப்பு எடுத்தது, அனைவருக்கும் பேருதவியாய் இருந்தது!

ஏங்கல்சின் 'கற்பனா வாத சோஷலிசமும், விஞ்ஞான சோஷலிசமும்' என்ற நூலை ஆங்கிலத்திலிருந்து தமிழாக்கம் செய்தார். இந்தியக் கம்யூனிஸ்ட் கட்சியின் வெளியீடாக

இந்நூல் வெளிவந்தது, பல்லாயிரக்கணக்கான சோஷலிச தாகத்துடனிருந்த தமிழர்களுக்கு அது பெரிதும் உதவிற்று.

பிறருக்கு இருந்த வாய்ப்பு, கல்லூரிகளில் படித்துப் பட்டம் பெறுவது என்பது அவருக்கு இல்லாவிட்டாலும், பட்டம் பெற்றவர்களைவிட மேதாவியாக ஜீவா விளங்கியது நாடறிந்ததாகும்!

30 ஆண்டுகளுக்கு மேலாக ஜீவாவுடன் நெருங்கிப் பழகக்கூடிய பாக்கியம் எனக்குக் கிடைத்ததன் காரணமாக நேரடியாக நான்கண்ட பல உண்மைகளில் சிலவற்றைப் பற்றி மட்டும் இங்கே கூற விரும்புகிறேன்.

கம்யூனிஸ்ட் தலைவர்களில் மிகச் சிறந்தவர் ஒப்பற்றவர் ஜீவா. இதற்குப் பல சான்றுகள் உள.

ஜீவாவிற்கு எள்ளளவும் போலிக் கௌரவம் என்பதில்லை.

'கற்றது கைமண்ணளவு, கல்லாதது உலகளவு' என்று ஜீவா கூறிக்கொண்டே எல்லோருடனும் பழகி பேசி பல பிரச்சனைகள் மீதுள்ள அவர்களின் கருத்துகளையும் கேட்டறிந்து கொள்வன கொள்ளும் தன்னடக்கமும், சிறந்த பண்பாடும் உடையவர் என்பதை நான் நேரில் கண்டறிந்தேன்.

ஜீவா புத்தகப் பிரியர் 'பாடை ஏறினும் ஏடது கைவிடேல்' என்பதற்கொப்ப, சதாசர்வகாலமும் ஆங்கிலப் புத்தகங்களானாலும் சரி படிப்பார், குறிப்புகள் எழுதிக்கொள்வார்!

சர்வதேச கம்யூனிஸ்ட் தலைவர் தோழர் டிமிட்ராவ் கூறியபடி, 'படி, போராடு; படி' என்பதற்கொப்ப ஜீவா அவர் வாழ்க்கையில் நடந்து காட்டியுள்ளார்.

தமிழ் நாட்டில் 40 ஆண்டுகளில் நடந்த முற்போக்கு இயக்கங்களிலெல்லாம் ஜீவா பங்கெடுத்துள்ளார்.

ஜீவா, எவரைப் பற்றியும் புறம் கூறியதில்லை. உள்ளொன்று வைத்துப் புறமொன்று பேசும் பழக்கம் நிச்சயமாக என்னாளும் ஜீவாவிடம் இருந்ததில்லை என்று திடமாகக் கூற முடியும்.

கம்யூனிஸ்ட் கட்சியும், கம்யூனிஸ்ட் லட்சியமும் அவரை எவ்வளவு கவர்ந்தது என்பதற்கு, அவருடைய சிறந்த தன்னலமற்ற இன்னல்கள் நிறைந்த அவர் வாழ்க்கையே எடுததுக்காட்டாகும்!

கட்சிக்குள் கருத்து வேற்றுமைகள் முட்டி மோதிய ஒவ்வொரு காலகட்டத்திலும், ஜீவா எடுத்த ஒரு நிலைதான் வெற்றிபெற்று வந்துள்ளது.

சீன ஆக்கிரமிப்பு நம் நாட்டில் ஏற்பட்ட சமயத்தில், இந்தியக் கம்யூனிஸ்ட் கட்சியின் தேசியக் கவுன்சில் சீன ஆக்கிரமிப்பைக் கண்டித்து எடுத்ததோர் முடிவிற்கு ஜீவாவின் பங்கு குறிப்பிடத்தக்கதாகும்.

பிற இந்தியக் கம்யூனிஸ்ட் கட்சியின் தமிழ் மாநில 7-வது சிறப்பு மாநாடு, மேற்கூறிய தேசிய கவுன்சில் தீர்மானத்தை ஸ்தூலப்படுத்தி, தமிழ் மாநிலத்தில் கம்யூனிஸ்டுகளின் தலையாய கடமைகளைக் கோடிட்டுக் காண்பித்ததில் ஜீவா முக்கியமான பங்காற்றினார்.

எண்ணற்ற பொதுக்கூட்டங்களில் தத்துவார்த்த ரீதியாகவும், நடைமுறை ரீதியாகவும், சீன கம்யூனிஸ்ட் கட்சி தலைமை மாபெரும் தவறு செய்து வருவதை விளக்கி, இதைத் திருத்திக்கொண்டு உலக கம்யூனிஸ இயக்கத்தைப் பலப்படுத்த சீனத் தலைமை முன்வருமாறு வேண்டுகோள் விடுத்துள்ளார்.

தமிழகம் பூராவிலுமுள்ள தொழிலாளி வர்க்கத்திற்கு, விவசாயிகளுக்கு, விவசாயத் தொழிலாளிகளுக்கு, சகல பகுதி மக்களுக்கு பல துறைகளில் மறைந்த தலைவர் ஜீவா, கம்யூனிஸ்ட் கட்சி தலைவராகவும் ஏகாதிபத்திய-எதிர்ப்பு இயக்கத் தலைவராகவும், சமூகசீர்திருத்த இயக்கத் தலைவராகவும், சாதி ஒழிப்பு, மத ஒழிப்பு, கடவுள் ஒழிப்பு இயக்கத்தில் முன்னணி வீரராகவும், கலை இலக்கியப் பெருமன்றத் தலைவராகவும், ‘ஜனசக்தி!’ ‘தாமரை’ பத்திரிகைகளின் ஆசிரியராகவும் இருந்து கடைசி மூச்சுள்ளவரை அரும்பணியாற்றியவை தமிழக மக்கள் மேலும் மேலும் முன்னேற பெரிதும் வழிகாட்டியாய் உள்ளன.

ஜீவா பிறந்த நாள் கூட்டமாக இருந்தாலும் சரி, ஜீவா நினைவு நாள் கூட்டமாக இருந்தாலும் சரி, ஜீவா சிலை திறப்பு விழாவாக இருந்தாலும் சரி, ஜீவா படத் திறப்பு விழாவாக இருந்தாலும் சரி, ஜீவா மன்ற திறப்பு விழாவாக இருந்தாலும் சரி, இவற்றில் பங்கெடுப்போர், 'ஜனசக்தி', 'தாமரை', 'நியூ ஏஜ்', 'தொழிற்சங்க செய்தி' பத்திரிகைகளின் சந்தாதாரராக இல்லாதிருந்தால், முடிந்தோர் உடனே இப்பத்திரிகைகளின் சந்தாதாரராகவும், மற்றவர்களை சந்தாதாரராக்கவும் முன் வருவது, கம்யூனிஸ்ட் கட்சிக்கு நிதி அளிப்பது ஜீவா அவர்கள் விட்டுச் சென்ற பணியைக் கடைப்பிடிப்பதாகும்!

ஜீவா தலைசிறந்த சொற்பொழிவாளராகவும், எழுத்தாளராகவும், கவிஞராகவும் தமிழ் மக்களிடையே அழியாப் புகழோடு விளங்கினார் என்றால், அதற்கு முக்கிய காரணம் அவர் வாழ்க்கை மார்க்ஸிஸ்ட் லெனினிஸ்ட் லட்சியமும், அவர் உறுதியுமே காரணமாகும்.

எண்ணிய எண்ணியாங்கு எய்திய - எண்ணித்
திண்ணிய ராகப் பெறின்.

உண்மையான லட்சியவாதி சோவியத் யூனியனைக் காணவேண்டுமென்று விரும்பினார். 1962 இறுதியில் கண்டார், கண்கொள்ளாக்காட்சி என்றார்! அது பற்றி எல்லாம் எழுத எண்ணிய எண்ணம் நிறைவேற நேரமில்லை.

நெருதல் உளன் ஒருவன் இன்று இல்லை - என்னும்
பெருமை உடைத்து இவ்வுலகு.

அனைவராலும் பேரன்போடு நேசிக்கப்பட்ட நம் தலைவர் ஜீவா
(1906 - 1963)

சர்வகட்சி அரசியல் தலைவர்கள், எழுத்தாளர்கள், கலைஞர்கள் புகழஞ்சலி

சிலை திறப்பு விழாவில் 2 லட்சம் மக்கள் திரண்ட அரிய காட்சி

(ஜனசக்தி சிறப்புச் செய்தியாளர்)

தமிழகக் கம்யூனிஸ்ட் இயக்கத்தின் முன்னோடி முதுபெரும் தேச பக்தர் ஏஐடியுசி தலைவர் இலக்கியப் பேராசான் அமரர் தோழர் ஜீவாவின் திருவுருவச் சிலையைத் தண்டையார்பேட்டை மணிக்கூண்டின் அருகே, இந்தியக் கம்யூனிஸ்ட் கட்சியின் தலைவர் தோழர் பி. சி. ஜோஷி அவர்கள் 30-1-1966-ல் இரண்டு லட்சத்திற்கும் மேற்பட்ட மக்கள் வெள்ளத்தின் உணர்ச்சிமிக்க ஆரவார வாழ்த்து முழக்கத்திற்கிடையே திறந்து வைத்தார்.

தமிழகத்தின் முற்போக்கு இயக்கங்கள் அனைத்தையும் தன்னகத்தே தாங்கி நின்ற தோழர் ஜீவாவின் தியாக வாழ்வுக்குப் புகழ் அஞ்சலி செலுத்தும் வகையில், வாழ்வின் சகல துறைகளிலும் ஈடுபட்டுள்ள பேரறிஞர்கள், கலைஞர்கள், கவிஞர்கள் உள்ளன்போடு பங்கேற்றனர். பல்வேறு அரசியல் கட்சிகளைச் சார்ந்தவர்களும், தொழிற்சங்கத் தலைவர்களும், தொழிலாளர்களும், தாய்மார்களும் இந்த விழாவில் பங்குகொண்டு இணையிலாத விழாவாக நடத்தினார்கள். சோவியத் தூதரக அலுவலர்களும் கலந்துகொண்டனர். தோழர்

பி. சி. ஜோஷி, ஜீவாவின் சிலையைத் திறந்து வைத்த இவ்விழாவில், அகில இந்தியக் காங்கிரஸ் கட்சியின் தலைவர் திரு. கே. காமராஜ் தலைமை தாங்கினார். *விழாவில் சுதந்திராக் கட்சித் தலைவர் சி. ராஜகோபாலாச்சாரியார், திராவிட முன்னேற்றக் கழகத் தலைவர் சி. என். அண்ணாதுரை, தமிழரசுக் கழகத் தலைவர் திரு.ம.பொ. சிவஞானம், காங்கிரஸ் தலைவர் ஈ. வெ. கி. சம்பத், தவத் திருகுன்றக்குடி அடிகளார், டாக்டர் ப. நடேசன், திரு. எஸ். கிருஷ்ணமூர்த்தி, தமிழகக் கம்யூனிஸ்ட் கட்சி செயலாளர் தோழர் மணலி சி. கந்தசாமி ஆகியோர் தோழர் ஜீவாவின் தியாக வாழ்வுக்குப் புகழஞ்சலி செலுத்தினர்.*

இரண்டாம் நாள் நிகழ்ச்சியில் முதுபெரும் கம்யூனிஸ்ட் தலைவர் தோழர் எஸ்.வி. காட்டே, பெரியார் ஈ.வெ.ரா. தமிழக முதலமைச்சர் திரு. எம். பக்தவத்சலம் ஆகியோர் கலந்துகொண்டனர்.

சென்னை நகரின் வடபகுதியில் நடைபெற்ற இவ்விழா நிகழ்ச்சிகளுக்குச் சென்னை நகரின் சகல பகுதிகளிலிருந்து மட்டுமல்லாது, தமிழகத்தின் பல்வேறு பகுதிகளிலிருந்தும் எண்ணற்றோர் வந்து குழுமிய வண்ணம் இருந்தனர். பலர் தனி பஸ்களில் வந்திருந்தனர். ஏராளமான பெண்கள் விழா தொடங்குவதற்கு வெகுநேரத்திற்கு முன்பே வந்து குழுமிவிட்டனர்.

தண்டையார்பேட்டை மணிக்கூண்டு சமீபம் ஜீவாவின் சிலைக்கு அருகில் தெரு முழுவதையுமே அடைத்து அழகான முறையில் அமைக்கப்பட்டிருந்த மிகப் பெரிய மேடையில் தலைவர்கள் அனைவரும் அமர்ந்திருந்தனர்.

விழாவிற்கு வருகை தந்திருந்த தலைவர்களையும் பெருந்திரளான மக்களையும் விழாக் குழுவின் சார்பில் தோழர் கே. பால தண்டாயுதம் வரவேற்றுப் பேசினார்.

தமிழுக்கும், தமிழக மக்களுக்கும் தன் வாழ்நாள் முழுவதையும் அர்ப்பணித்துக்கொண்ட ஒரு மூத்த தமிழ்

மகனுக்கு எடுக்கப்படும் விழாவிற்குத் தமிழ்-மக்களின் விழாவிற்கு-எல்லோரையும் வரவேற்கிறேன்'' என்று பாலன் குறிப்பிட்டார்.

தலைமை தாங்கிய திரு. கே. காமராஜ், ஜீவாவின் சிலையைத் திறந்து வைக்குமாறு தோழர் பி. சி. ஜோஷி அவர்களைக் கேட்டுக்கொண்டார்.

பி.சி. ஜோஷி

“இங்கே திரளாகக் கூடியிருக்கும் உங்கள் அனைவரையும் பார்க்கும்போது' மறைந்த தோழர் ஜீவா தமிழக மக்களால் எவ்வாறு ஆழமாக நேசிக்கப்பட்டார் என்பதைப் புரிந்துகொள்ள முடிகிறது.

நான் அவருடைய பெயரை மட்டுமே முதலில் அறிந்திருந்தேன். நேரில் கண்டதில்லை, பின்னர் நான் தமிழகத்திற்கு வந்தபோது அவரைப் பார்த்து அதிசயித்தேன். கட்டான உறுதியான உடலும், முறுக்கு மீசையும், கனத்த குரலும் என்னைக் கவர்ந்தது. அவரை நான் “நீங்கள் தமிழ் நாட்டுக்காரர்தானா? அல்லது ஆந்திரரா'' என்று கேட்டேன். அதற்கு ஜீவா “நான் தமிழன், முழுத் தமிழன், ஆகவேதான் நான் கம்யூனிஸ்டாக இருக்கிறேன்'' என்றார். அவருடைய தமிழ்ப் பேச்சு எனக்குப் புரியாது. ஆனாலும் அவருடைய அழுத்தமான ஆவேசம் நிறைந்த பேச்சு என்னைக் கவர்ந்திழுத்தது.

தேச விடுதலைக்காகப் போராடிய ஜீவா, சமுதாயச் சீர்திருத்தத்திற்காகப் பாடுபட்டார். இந்தியா சுதந்திரம் அடைந்த பிறகு நாட்டு மக்களின் பொருளாதார ஏற்றத்தாழ்வுகளைப் போக்க இந்நாட்டில் சோஷலிசம் மலர வேண்டுமென்பதற்காகப் பாடுபட்டவர்'' என்று பி.சி. ஜோஷி கூறினார்.

தோழர் ஜோஷி தன் உரையை முடித்துக்கொண்டு மேஜை மீதிருந்த பொத்தானை அழுத்தியவுடன், ஜீவாவின் சிலையைச் சுற்றி இருந்த திரை கீழிறங்கியது.

செம்மலர் மாலை சூடிய வண்ணமிருந்த ஜீவாவின் சிலை கண்ணுக்குத் தெரிந்தவுடன் 'அமரர் ஜீவா நாமம் வாழ்க' என்ற முழக்கங்கள் எங்கும் எதிரொலித்தன.

கே. காமராஜ்

"எங்கே இருந்து பணியாற்றினாலும் மக்கள் நன்மை ஒன்றையே பிரதான லட்சியமாகக்கொண்டு அதற்காகவே இறுதிவரை ஓயாதுழைத்தவர். முற்போக்கு சிந்தனையாளர் ஜீவா அவர்கள் பல்வேறு கட்சிகளில் பணியாற்றியதால் அவர் அவ்வப்போது கருத்து மாறுபட்டார் என்று எண்ணிவிட வேண்டாம். அது சரியல்ல. காங்கிரஸ், சுயமரியாதை இயக்கம், சோஷலிஸ்ட் கட்சி, கம்யூனிஸ்ட் கட்சிகளில் அவர் பணியாற்றிய போதிலும், அவருடைய நோக்கம், இலட்சியம் ஒன்றேதான். இந்த நாடு முன்னேற வேண்டும் என்பதுதான். மனிதனுக்கு மனிதன் ஏற்றத்தாழ்வுகள் இருக்கக்கூடாது. சமுதாயத்தில் ஊறிப் போயிருந்த மடமைகளைக் களைந்தெறிய வேண்டும் என்பதற்காகப் பாடுபட்டார். ஆனால் நாட்டுக்குச் சுதந்திரம் கிடைக்கும் வரை சமுதாயச் சீர்திருத்தம் நிறைவேறாது என்பதை உறுதியாக ஜீவா நம்பினார். ஆகவே விடுதலைக்காக ஜீவா பாடுபட்டார். அதன் பிறகு பொருளாதார ஏற்றத் தாழ்வுகளை நீக்கப் போரிட்டார். ஆகவே எந்தக் கட்சியிலிருந்தாலும் நாட்டு முன்னேற்றம்தான் அவர் குறிக்கோள்.

அவரது சேவை இந்த நாட்டில் புதிய உணர்ச்சியையும், உற்சாகத்தையும் அளித்துக்கொண்டே இருந்தது. தமது எழுத்துத் திறமையால், கவிதைகளால் நாட்டுமக்களின் வாழ்க்கையை உயர்த்துவதற்கான ஒரு சக்தியை, ஆற்றலைத் தோற்றுவித்தார். அத்தகைய சிறந்த சேவை செய்தவரின் சிலை திறப்பு விழாவில் பலரும் எந்த வித்தியாசமும் இல்லாமல் கூடியிருக்கிறோம். இந்த நிகழ்ச்சியே அவருடைய பெருமைக்கு எடுத்துக்காட்டு' என்று கூறினார்.

ராஜாஜி

"எனக்குக் கடந்த ஒரு வார காலமாகவே உடல் நலம் சரியில்லை. இந்த நிகழ்ச்சியில் கலந்துகொள்ளச் சம்மதித்தேன். ஏனென்றால் ஜீவா அவர்களிடம் நான் மனதிற்குள்ளாகவே மறைத்து வைத்திருந்த அன்பைத் தெரிவிக்கவே இங்கு வந்தேன்.

ஜீவானந்தம் அவர்களின் தேசபக்திக்கு அளவு கிடையாது. மிகவும் ஊக்கம் நிறைந்தவர், அவர் தன்னுடைய சேவையால் கம்யூனிஸ்டு கட்சிக்குப் பெருமை சேர்த்தார். ஒலிபெருக்கி இல்லாமலேயே பேசிப் பழக்கப்பட்டவர். சட்டசபையில் இருக்கும்போது அவருக்கு முன்னால் மைக் வைக்கிறார்களே என்று வருத்தப்படுவேன். அந்த மைக் உடைந்து போகும்படி பேசுவார்.

அவர் தமது ஞாபகார்த்தமாகப் பல காரியங்களை விட்டுச் சென்றிருக்கிறார். அவரது ஞாபகார்த்தமாக சிலை திறக்கும் இந்த விழாவில் கலந்துகொள்வதில் மகிழ்ச்சி அடைகிறேன். விழா சம்பந்தப்பட்ட எல்லோருக்கும் என்னுடைய வயதின் பலத்தினால் ஆசீர்வதிக்கிறேன்" என்று கூறி முடித்தார்.

ம. பொ. சி.

பல வேற்றுமைகள் கொண்டவர்களும் ஒன்று சேர்ந்து பாராட்டும் அரிய குணங்களை உடையவர் ஜீவா என்று பெருமையோடு குறிப்பிட்டார். அவர் ஒரு எழுத்தாளர் மட்டுமல்ல; தொழிற்சங்கத் தலைவர் மட்டுமல்ல; சமுதாய சீர்திருத்தவாதி மட்டுமல்ல; இவையெல்லாக் குணங்களையும் ஒருங்கமைக்கப் பெற்ற ஒரு பெரிய சரித்திர நாயகர் ஆவார் ஜீவா.

இந்நாட்டின் வரலாறு நிலையோடு ஒருவர் எழுதுவாரே யானால், அதில் ஜீவாவிற்குச் சிறப்பிடம் உண்டு என்று குறிப்பிட்டார்.

ஜீவாவைப் பற்றிய பாராட்டுரைகளைக் கேட்க இன்று மக்கள் வெள்ளம் போல் குழுமியதிலிருந்து தமிழ் மக்கள் இதயத்தைத் திறந்து வைத்துக்கொண்டிருக்கிறார்கள் என்பது தெரிகிறது.

டாக்டர் நடராஜன்

தலைவர்கள் கட்சி மாறினாலும் தங்களது கருத்தினால் தாங்கள் சார்ந்துள்ள கட்சியையே மாற்றி அமைத்து அழைத்துக்கொண்டு செல்ல முடியும். ஜீவா தமது கருத்துகளை அவர் இருந்த கட்சிகளிலே நிலை நாட்டினார் என்று குறிப்பிட்டார்.

குன்றக்குடி அடிகளார்

ஜீவா அவர்களுக்குப் பிறகும் அவரால் தோற்றுவிக்கப்பட்ட செஞ்சட்டைப் படை நாட்டில் சோஷலிச லட்சியத்திற்காகப் பாடுபடுகிறது என்று கூறினார்.

அண்ணாதுரை

ஜீவா அவர்களின் புகழை ஒரு விழா மூலம்தான் விளக்கி மக்கள் அறிந்துகொள்ள வேண்டிய நிலையில் இல்லை. அவர் மறைந்த பிறகும், அவரிடமிருந்த அரிய சக்தியை இங்கு காண்கிறோம். எதிலுமே ஒன்று சேராதவர்கள், ஜீவாவின் அரும் புகழைப் பேச இன்று ஒன்று கூடியிருக்கிறோம்.

தமிழ் மொழிக்கு அவர் ஆற்றிய தொண்டுகளை நாடு மறந்துவிட முடியாது. சமதர்மத்தைப் பற்றியும், சோவியத் சாதனைகள் பற்றியும் தமிழில் ஜீவா எடுத்துக் கூறியது, தமிழுக்கு இருந்த ஆற்றலை எடுத்தியம்புவதாக இருந்தது.

சென்னை பெரிய மருத்துவமனையில் அவர் சடலம் குளிர்பதன அறையில் வைக்கப்பட்டிருந்தபோது, நான் அங்கே சென்றிருந்தேன். அங்கிருந்த நண்பர் தேம்பித் தேம்பி அழுதார்.

அவர் என்னைத் தேற்ற, நான் அவரைத் தேற்ற வெளியே வந்தோம். அதன் பிறகுதான் நான் திராவிட முன்னேற்றக் கழகத்தான் என்றும் அவர் கம்யூனிஸ்ட் கட்சியைச் சார்ந்தவர் என்றும் உணர்ந்தேன்.

“நல்லவர்களை உலகம் எல்லாக் காலத்திலும் போற்றும். தொண்டும் தூய்மையும் நிறைந்தவர்களை சிரம் வணங்கும் என்பதனை இவ்விழா எடுத்துக்காட்டுகிறது” என்று அண்ணாதுரை குறிப்பிட்டார்.

ஈ.வெ.கி. சம்பத்

“ஜீவா சகல அரசியல் கட்சிகளுடன் நாணயத்தோடு பழகியவர். அதே சமயம் தனது கொள்கைகளைக் கொஞ்சமும் விட்டுக் கொடுக்கமாட்டார். அவருடைய சொற்கள் மாற்றுக் கட்சிக்காரர்கள் இருக்கிறார்கள் என்பதற்காகக் கொஞ்சமும் துவளாது, தமது இலட்சியத்திலே அவ்வளவு பற்றுக்கொண்டவர். அவருடைய நினைவுகள் நமக்கு நம்முடைய பணிகளிலே துணை நிற்கும்” என்று கூறினார்.

கவி அரங்கம்

திறப்பு விழா நிகழ்ச்சி முடிந்து, கவியரங்கம் கவிஞர் கண்ணதாசன் தலைமையில் நடைபெற்றது.

கவிஞர்கள் முருகை[illegible] இராஜ மாணிக்கம், கொத்தமங்கலம் சுப்பு, எஸ்.டி. சுந்தரம், பெரி. சிவனடியான், புகழேந்தி, வெ.நா. திருமூர்த்தி, கே. சி. எஸ். அருணாசலம், ரகுநாதன் ஆகியோர் ‘ஜீவா காவியம்’ படைத்தனர்.

கே. சி. எஸ். அருணாசலம், ரகுநாதன் ஆகியோரது கவிதைகளை மக்கள் வெள்ளம் ஆரவாரம் செய்து வரவேற்ற வண்ணமாயிருந்தது. முதல் நாள் நடவடிக்கைகள் அத்தோடு முடிவடைந்தன.

இரண்டாம் நாள்

31-1-1966-ல் இரண்டாம் நாள் நிகழ்ச்சிகள் புத்தக வெளியீட்டுவிழா கலையரங்க நிகழ்ச்சியாக நிறைவேறின.

நூல் வெளியீடு

விழாவிற்கு டெல்லியிலிருந்து வந்திருந்த பழம் பெரும் கம்யூனிஸ்ட் தலைவர் எஸ். வி. காட்டே தலைமை தாங்கினார். தோழர் கே. பாலதண்டாயுதம் எழுதிய 'ஜீவா வாழ்க்கை வரலாறு' என்ற நூலைத் திராவிடக் கழகத் தலைவர் பெரியார் ஈ. வெ. ரா. வெளியிட்டு உரை நிகழ்த்தினார். நூலை ஜோஷி பெற்றுக்கொண்டார்.

ஜீவா எந்தக் கொள்கையைப் பற்றி பேசினாலும், அந்தக் கொள்கையில் நிறையச் சரக்கோடுதான் பேசுவார். அவர் இந்நாட்டு மக்களுக்காகத் தியாகம் பல புரிந்தார் என்றார்.

இலக்கியப் பேராசான் அமரர் ஜீவாவின் அரிய சேவைகள் குறித்து 'கலைமகள்' பத்திரிகையின் ஆசிரியர் திரு. கி. வா. ஜகந்நாதன், 'இலக்கியப் பண்புகொண்ட தமிழ்ப் பெரும் புலவர் ஜீவா' என்று கூறினார்.

'தீபம்' என்ற திங்களிதழின் ஆசிரியர் திரு. நா. பார்த்தசாரதி பேசுகையில், "ஜீவா ஒரு தன்மானம் மிக்க பத்திரிகாசிரியர்" என்று பாராட்டினார்.

அமரர் ஜீவா எழுதிய 'சோஷலிஸ்ட் தத்துவங்கள்' என்ற நியூ செஞ்சுரி புக் ஹவுஸ் பிரசுரித்துள்ள நூலைத் தமிழக முதல்வர் திரு. எம். பக்தவத்சலம் வெளியிட்டு, "எந்தக் கட்சியில் இருந்தாலும் ஜீவா எல்லோராலும் மதிக்கப்பட்டவர். மக்கள் நலன் அறிந்து அதற்காக சிந்தித்துப் பெரிதும் அவர் உழைத்தார்' என்று பாராட்டினார்.

ஜீவாவின் சிலையைச் சிறப்புற அமைத்த சிற்பி திரு. வெங்கடேசன் அவர்களைப் பாராட்டி விழாக்குழுவின் சார்பில் ஒரு பதக்கத்தை அவருக்கு வழங்கினார் முதலமைச்சர்.

கலையரங்கம்

இரவு 9 மணி அளவில் அவ்வை திரு. டி. கே. ஷண்முகம் தலைமையில் கலையரங்கம் நடைபெற்றது.

ஜீவா எழுதிய "காலுக்குச் செருப்புமில்லை" "ஏங்கா தெழுந்திடடா" என்ற இரு பாடல்களை உணர்ச்சிப்பொங்கப் பாடினார். ஜீவாவின் அரிய பண்புகளையும், கலைஞர்களுடன் அவருக்கிருந்த நெருக்கமான உறவுகளைப் பற்றியும் அவர் விளக்கினார்.

திரு. டி. கே. பாலச்சந்திரன் நாடக வாழ்வில் ஜீவாவை சந்தித்தது பற்றியும் கூறினார்.

கட்சி வேறுபாடு காணாமல் கலைஞர்களுடன் ஜீவாகொண்டிருந்த உறவு பற்றி திரு. எஸ்.எஸ். ராஜேந்திரன் பேசினார்.

திரு.டி.என். சிவதாணு தனது மாவட்டத்தைச் சேர்ந்தவர் ஜீவா என்றும் ஆரம்பகால அனுபவம் பற்றியும் நகைச்சுவை மிளிர கூறினார்.

திரு. எம். ஆர். ராதா பேசுகையில், "தனக்கென்று சொத்து சேர்த்துக்கொள்ளாத பொது நலத்தொண்டர் ஜீவா. இன்பகரமான வாழ்க்கையை அவர் அனுபவித்ததில்லை. ஆனால் கொள்கையிலே அவர் இன்பம் கண்டார்" என்று குறிப்பிட்டார்.

திரு. எம்.ஜி. ராமச்சந்திரன் பேசுகையில், "ஜீவாவுடன் எனக்கு ஏற்பட்ட நட்பு, பெறற்கரிய பொக்கிஷமாக அரசியல் அறிவினை அள்ளி அள்ளித் தந்த களஞ்சியம் அவர்" என்றார்.

"கலைவாணர் என். எஸ். கிருஷ்ணன் எனக்குச் செய்த எத்தனையோ நன்மைகளில், ஜீவாவுடன் எனக்கு சிநேகிதம் ஏற்படுத்தியது முக்கியமானதாகும்" என்றும் அவர் பெருமிதத்துடன் குறிப்பிட்டார்.

"ஜீவா என்ற பெயரோடு இருந்த ஜீவசக்திதான் அவரைப் பலராலும் நேசிக்கச் செய்தது" என்றும் திரு. எம். ஜி. ராமச்சந்திரன் கூறினார்.

கலையரங்கில் திருமதி என். எஸ்.கே. மதுரம், திரு.டி.கே. பகவதி ஆகியோரும் வந்து சிறப்பித்தனர்.

இறுதியில் விழாக் குழுவின் சார்பில் தோழர் கே. பாலதண்டாயுதம் நன்றி தெரிவித்துப் பேசினார். சிலை அமைப்பிற்காக நிதி அளித்தவர்களுக்கும், விழாவில் பங்குகொண்டவர்களுக்கும், பொது மக்களுக்கும் நன்றி கூறினார்.

இரண்டாம் நாள் நிகழ்ச்சிகளின் போதும் விழுப்புரம் தோழர் ஆர். நடராஜன், செல்வி வசந்தா, சிறுவன் ரா. இளங்கோ, அமரர் ஜீவாவின் புதல்வி உஷா ஆகியோர் ஜீவா பற்றி பாடல்களையும் பாடினர்.

விழா அமைதியாக நடைபெற ஹார்பர் தொழிற்சங்க செந்தொண்டர்களும், சென்னை ஊர்க்காவல் படையினரும் நூற்றுக்கணக்கான போலீஸ் ஊழியர்களும் பெரிதும் உழைத்தனர்.

நன்றி : ஜனசக்தி (6-2-1966)